ದಿವ್ಯ ಸನ್ನಿಧಾನ - 1

A GUIDE TO TEMPLES OF KARNATAKA

ಟಿಎನ್ನೆಸ್

Copyright © T N S
All Rights Reserved.

ISBN 979-888591384-3

This book has been published with all efforts taken to make the material error-free after the consent of the author. However, the author and the publisher do not assume and hereby disclaim any liability to any party for any loss, damage, or disruption caused by errors or omissions, whether such errors or omissions result from negligence, accident, or any other cause.

While every effort has been made to avoid any mistake or omission, this publication is being sold on the condition and understanding that neither the author nor the publishers or printers would be liable in any manner to any person by reason of any mistake or omission in this publication or for any action taken or omitted to be taken or advice rendered or accepted on the basis of this work. For any defect in printing or binding the publishers will be liable only to replace the defective copy by another copy of this work then available.

** ಅರ್ಪಣೆ: **

ಶೃಂಗೇರಿ ಶಾರದೆಗೆ

ಉಡುಪಿಯ ಕೃಷ್ಣನಿಗೆ

ರಾಮಭಂಟ ಹನುಮನಿಗೆ

ನನ್ನ ಅಪ್ಪ - ಅಮ್ಮನಿಗೆ

ಪರಿವಿಡಿಗಳು

ಮುನ್ನುಡಿ vii

1. ಇಡಗುಂಜಿ ಮಹೋತಭಾರ ಶ್ರೀ ವಿನಾಯಕ ದೇಗುಲ 1
2. ದೊಡ್ಡದಾಳವಾಟ್ಟ ಶ್ರೀ ಲಕ್ಷ್ಮೀ ನರಸಿಂಹ ದೇವಾಲಯ 3
3. "ದಕ್ಷಿಣ ಕಾಶಿ" ನಂಜನಗೂಡು ದೇವಾಲಯ 6
4. ಹಾಸನಾಂಬ ದೇವಾಲಯ, ಹಾಸನ 8
5. ಘಾಟಿ ಸುಬ್ರಹ್ಮಣ್ಯ ದೇವಾಲಯ 10
6. ಯಗಟಿಪುರ ಶ್ರೀ ಮಲ್ಲಿಕಾರ್ಜುನ ಸ್ವಾಮಿ ದೇವಾಲಯ 13
7. ಗೊರವನಹಳ್ಳಿ ಮಹಾಲಕ್ಷ್ಮಿ ದೇವಾಲಯ 15
8. ದಕ್ಷಿಣ ಕಾಶಿ ಮಹಾಕೂಟೇಶ್ವರ ದೇವಾಲಯ 17
9. ಕಮಂಡಲ ಗಣಪತಿ, ಕೊಪ್ಪ, ಚಿಕ್ಕಮಗಳೂರು 19
10. ಶೀಬಿ ನರಸಿಂಹ ದೇವಾಲಯ 21
11. ಪೊಳಲಿ ರಾಜರಾಜೇಶ್ವರಿ ದೇವಾಲಯ 23
12. ಝುರಣಿ ಶ್ರೀ ಲಕ್ಷ್ಮೀನರಸಿಂಹ ಸ್ವಾಮಿ ದೇವಾಲಯ 26
13. ಭೋಗಾಪುರೇಶ ಹನುಮನ ದೇವಾಲಯ 29
14. ಮಡಾಮಕ್ಕಿ ಶ್ರೀ ವೀರಭದ್ರ ದೇವಾಲಯ 32
15. ಕೋಲಾರಮ್ಮ ದೇವಾಲಯ, ಕೋಲಾರ 34
16. ಮದ್ದೂರು ಶ್ರೀ ವರದರಾಜ ಸ್ವಾಮಿ ದೇವಾಲಯ 36
17. ಪೆರ್ಣಂಕಿಲ ಶ್ರೀ ಗಣಪತಿ ದೇವಾಲಯ 39
18. ಗೊರೂರು ಯೋಗನರಸಿಂಹ ಸ್ವಾಮಿ ದೇವಾಲಯ 41
19. ಶ್ರೀ ಕಾಲಭೈರವೇಶ್ವರ ದೇವಾಲಯ, ಸೀತಿ ಬೆಟ್ಟ 44
20. ಮುರುಗಮಲೆ ಮುಕ್ತೀಶ್ವರ ದೇವಾಲಯ 47
21. ಕೊಪ್ಪರ ಶ್ರೀ ಲಕ್ಷ್ಮಿನರಸಿಂಹಸ್ವಾಮಿ ದೇವಾಲಯ 49
22. ಭೂವಿವಾದಗಳನ್ನು ಪರಿಹರಿಸುವ ಶ್ರೀ ಭೂವರಾಹಸ್ವಾಮಿ 52

• v •

ಪರಿವಿಡಿಗಳು

ದೇವಾಲಯ

23. ರಾಮಾನುಜಾಚಾರ್ಯರು ಕಟ್ಟಿಸಿದ "ತಿರುಮಲ ಸಾಗರ"	55
24. ನರಹರಿ ಪರ್ವತ, ದಕ್ಷಿಣ ಕನ್ನಡ	58
25. ಕಾರ್ಯಗಳನ್ನು ಸಿದ್ಧಿಸುವ ತುಳಸೀಗಿರಿ ಹನುಮಪ್ಪ	60
26. ವಿದುರಾಶ್ವತ್ಥ ಅಶ್ವತ್ಥನಾರಾಯಣ ಸ್ವಾಮಿ ದೇವಾಲಯ	63
27. ಕ್ಯಾಮೇನಹಳ್ಳಿ ಆಂಜನೇಯಸ್ವಾಮಿ ದೇವಾಲಯ	67

ಮುನ್ನುಡಿ

ಅನೇಕ ಪುರಾಣ ಪ್ರಸಿದ್ಧ ಪುಣ್ಯಕ್ಷೇತ್ರಗಳ ಬೀಡು ಕರ್ನಾಟಕ. ಆಂಜನೇಯ ಹುಟ್ಟಿದ ನಾಡು, ಯತಿಮುನಿಗಳ ತಪೋಭೂಮಿ ಕೂಡ. ಕರ್ನಾಟಕದ ದೇವಾಲಯಗಳ ಬಗ್ಗೆ ಕಿರು ಮಾಹಿತಿ ನೀಡುವ "ದಿವ್ಯ ಸನ್ನಿಧಾನ" ಅಂಕಣವನ್ನು "ಈ ನಮ್ಮ ಕನ್ನಡನಾಡು" ಪತ್ರಿಕೆಯಲ್ಲಿ ಪ್ರತಿ ಮಂಗಳವಾರ ಬರೆಯುತ್ತಿದ್ದೇನೆ. ದೇವರ ಬಗ್ಗೆ ಬರೆಯುವುದಕ್ಕಿಂತ ಅದೃಷ್ಟ ಹಾಗು ಪುಣ್ಯದ ಕೆಲಸ ಏನಿದೆ? ಈ ಅವಕಾಶ ಕೊಟ್ಟ ಪತ್ರಿಕೆಗೆ ಒಂದು ವಿಶೇಷ ಧನ್ಯವಾದ.
ಕಾಲೇಜು ದಿನಗಳಲ್ಲಿ ನನಗಿದ್ದ ಹವ್ಯಾಸಗಳಲ್ಲಿ ವಾರಾಂತ್ಯ ಊರೂರು ಸುತ್ತುವ ಅಭ್ಯಾಸವೂ ಒಂದು. ಒಮ್ಮೆ ಕರಾವಳಿ ಕಡೆಗಾದರೆ ಮತ್ತೊಮ್ಮೆ ಉತ್ತರ ಕರ್ನಾಟಕದ ಕಡೆ. ಒಮ್ಮೆ ಮಲೆನಾಡಾದರೆ ಮತ್ತೊಮ್ಮೆ ಹಳೆ ಮೈಸೂರು ಪ್ರಾಂತ್ಯ. ಒಮ್ಮೊಮ್ಮೆ ಆಂಧ್ರ, ಮತ್ತೊಮ್ಮೆ ತಮಿಳುನಾಡು. ಹೀಗೆ ಊರೂರು ಸುತ್ತಿ, ಪ್ರಸಿದ್ಧ ದೇವಾಲಯಗಳ ಸಂದರ್ಶನ ಮಾಡುವ ಆ ಅಭ್ಯಾಸವೇ ಮುಂದೊಂದು ದಿನ ನನಗೆ ಈ ಅಂಕಣದ ಸ್ಪೂರ್ತಿಯಾಗಬಲ್ಲದು ಎಂಬ ಊಹೆಯೂ ಇರಲಿಲ್ಲ. ದೇವರ ದಯೆಯಿಂದ ಅಂಕಣ ಬರೆಯಲು ಅವಕಾಶ ಸಿಕ್ಕಿತು. ತೃಣಮಪಿ ನ ಚಲತಿ ಎಂಬಂತೆ ಭಗವಂತನ ಅಪ್ಪಣೆಯಿಲ್ಲದೆ ಹುಲ್ಲುಕಡ್ಡಿಯೂ ಚಲಿಸಲಾರದು. ಇಂದು ನಾನು ಬರೆಯುತ್ತಿರುವ ಈ ಅಂಕಣ ಕೂಡ ನಾನು ಬರೆಯುತ್ತಿರುವುದಲ್ಲ; ಆ ಭಗವಂತನೇ ನನ್ನಲ್ಲಿ ಕುಳಿತು, ಪ್ರೇರಕ ಶಕ್ತಿಯಾಗಿ ಬರೆಸುತ್ತಿದ್ದಾನೆ ಎಂದಷ್ಟೇ ಹೇಳಬಲ್ಲೆ. ಅವನ ಪ್ರೇರಣೆಯಿಂದ ಕರ್ನಾಟಕದ ವಿಶಿಷ್ಟ ದೇವಾಲಯಗಳನ್ನು ಆದಷ್ಟೂ ಈ ಅಂಕಣದಲ್ಲಿ ಬರೆಯುವ ಪ್ರಯತ್ನ ಮಾಡಿದ್ದೇನೆ. ಇನ್ನೂ ಬರೆಯುತ್ತಲೇ ಇದ್ದೇನೆ. ಇದುವರೆಗೆ ಬರೆದಿರುವ ಸಂಚಿಕೆಗಳನ್ನೆಲ್ಲ ಈ ಪುಸ್ತಕವನ್ನಾಗಿ ಮಾಡಿ ಹೊರತಂದಿದ್ದೇನೆ. ನನಗೆ ಇನ್ನಷ್ಟು ಬರೆಯಲು ಪ್ರೇರಣೆ ಕೊಡು; "ಈ ನಮ್ಮ ಕನ್ನಡನಾಡು" ಪತ್ರಿಕೆಗೆ ಮತ್ತಷ್ಟು ಯಶಸ್ಸು ನೀಡು ಎಂದು ಪ್ರಾರ್ಥಿಸುವುದಷ್ಟೇ ನನ್ನಿಂದಾಗಬಲ್ಲ ಕೆಲಸ. ಮುಂದಿನದೆಲ್ಲಾ ಅವನಿಚ್ಛೆ. ನಿಮ್ಮ ಅನಿಸಿಕೆಗಳನ್ನು ತಪ್ಪದೆ ಇಮೇಲ್ ಮಾಡಿ.

-ಟಿಎನ್ನೆಸ್,

02/Feb/2022

mailme@suresharao.com

1

ಇಡಗುಂಜಿ ಮಹೋತಭಾರ ಶ್ರೀ ವಿನಾಯಕ ದೇಗುಲ

ಇಡಗುಂಜಿ, ಉತ್ತರ ಕನ್ನಡ ಜಿಲ್ಲೆ

ಶರವು, ಸೌತಡ್ಕ, ಇಡಗುಂಜಿ, ಗೋಕರ್ಣ,ಹತ್ತಿಅಂಗಡಿ, ಆನೆಗುಡ್ಡೆ ಗಣಪತಿ ದೇವಾಲಯಗಳು ಕರಾವಳಿಯ ಆರು ಪ್ರಸಿದ್ಧ ಗಣಪತಿ ದೇವಾಲಯಗಳು. ಅವುಗಳಲ್ಲಿ ಇಡಗುಂಜಿಯ ಮಹೋತಭಾರ ಶ್ರೀ ವಿನಾಯಕನಿಗೆ ಒಂದು ವಿಶಿಷ್ಟ ಸ್ಥಾನವಿದೆ. ಉತ್ತರ ಕನ್ನಡ ಜಿಲ್ಲೆಯ ಹೊನ್ನಾವರ ತಾಲ್ಲೂಕಿನಿಂದ ಸುಮಾರು 16 ಕಿಮೀ ದೂರದಲ್ಲಿ ಇರುವ ಕ್ಷೇತ್ರ ಇಡಗುಂಜಿ. ಇದನ್ನು ಪುರಾತನ ಕಾಲದಲ್ಲಿ ಕುಂಜವನ ಅಥವಾ ಇಡಕುಂಜಾವನ ಎಂಬ ಹೆಸರುಗಳಿಂದ ಕೂಡ ಕರೆಯುತ್ತಿದ್ದರು. ಬಲಗೈಲಿ ಕಮಲ ಮತ್ತು ಎಡಗೈಲಿ ಮೋದಕವನ್ನು ಹಿಡಿದು ನಿಂತಿರುವ ದ್ವಿಭುಜ ಗಣಪತಿಯ ಕಪ್ಪುಶಿಲೆ ವಿಗ್ರಹವು ಸುಮಾರು 2000 ವರ್ಷಗಳಷ್ಟು ಹಳೆಯದು ಎನ್ನುತ್ತಾರೆ. ಈ ವಿಗ್ರಹವು ಸುಮಾರು 88 ಸೆಂ.ಮೀ. ಎತ್ತರ ಮತ್ತು 59 ಸೆಂ.ಮೀ. ಅಗಲವಿದೆ. ಯಾವಾಗಲೂ ಗಣೇಶನ ಬಳಿಯಿರುವ ಅವನ ವಾಹನ ಇಲಿ ಇಲ್ಲಿಲ್ಲದಿರುವುದು, ಹೊಟ್ಟೆಗೆ ಹಾವನ್ನು ಸುತ್ತಿಕೊಳ್ಳದೆ ಇರುವುದು - ಹೀಗೆ ಅನೇಕ ವಿಶೇಷತೆಗಳು ಈ ವಿನಾಯಕನಿಗಿವೆ. ಪೂರ್ವಾಭಿಮುಖನಾಗಿ ನಿಂತಿರುವ ಈ ವಿನಾಯಕನನ್ನು ನಾರದರೇ ಮಾಘ ಮಾಸದ ಶುಕ್ಲ ಪಕ್ಷದ ಬಿದಿಗೆಯಂದು ಪ್ರತಿಷ್ಠಾಪಿಸಿದರು ಎಂದು ಪ್ರತೀತಿ.

ಅಡಿಕೆರೋಗಕ್ಕೆ ಕೊಳ ರೋಗ ಬಂದಾಗ ಅದನ್ನು ಪರಿಹರಿಸುವಂತೆ ಅಡಿಕೆ ಬೆಳೆಗಾರರು ಈ ವಿನಾಯಕನಲ್ಲಿ ಹರಕೆ ಹೊರುತ್ತಾರೆ. ಆದ್ದರಿಂದಾಗಿ ಇವನಿಗೆ ಕೊಳಯಡಿಕೆ ಗಣಪನೆಂಬ ಹೆಸರೂ ಇದೆ.

ಪುರಾಣದ ಪ್ರಕಾರ ಇಡಗುಂಜಿ ಪ್ರದೇಶದಲ್ಲಿ ವಾಸವಿದ್ದ ವಾಲಖಿಲ್ಯ ಋಷಿಗಳು ತಮ್ಮ ತಪಸ್ಸಿಗೆ ರಾಕ್ಷಸರಿಂದ ತೊಂದರೆಯಾಗುತ್ತಿದೆಯಾಗಿಯೂ, ಅದನ್ನು ನಿವಾರಣೆ ಮಾಡುವಂತೆಯೂ ನಾರದರನ್ನು ಬೇಡಿಕೊಳ್ಳುತ್ತಾರೆ. ಆಗ ನಾರದರ ಪ್ರಾರ್ಥನೆಯ ಮೇರೆಗೆ ಪಾರ್ವತಿಯು ಬಾಲಗಣೇಶನನ್ನು ನಾರದರ ಜೊತೆ ಇಲ್ಲಿಗೆ ಕಳಿಸುತ್ತಾಳೆ. ಗಣಪತಿಯು ಇಲ್ಲಿ ಬಂದು ನೆಲೆಸಿ, ವಾಲಖಿಲ್ಯರಿಗೆ ರಾಕ್ಷಸರಿಂದಾಗುತ್ತಿದ್ದ ತೊಂದರೆಯನ್ನು ತಪ್ಪಿಸಿದರೆಂದು ಹೇಳಲಾಗುತ್ತದೆ. 1500 ವರ್ಷಗಳ ಇತಿಹಾಸ ಈ ದೇವಾಲಯಕ್ಕಿದೆ ಎಂದೂ ಸಹ ಕೆಲವರು ಹೇಳುತ್ತಾರೆ.

ಭಕ್ತರ ಹರಕೆಗಳನ್ನು ಅತಿ ಶೀಘ್ರವಾಗಿ ಈ ವಿನಾಯಕ ಈಡೇರಿಸುತ್ತಾನೆಂಬ ನಂಬಿಕೆಯಿದೆ. ವರ್ಷವೊಂದರಲ್ಲಿ ಸುಮಾರು ಹತ್ತುಲಕ್ಷಕ್ಕೂ ಹೆಚ್ಚು ಜನ ಭೇಟಿ ಕೊಡುವ ಈ ಕ್ಷೇತ್ರದಲ್ಲಿ ಬೆಳಿಗ್ಗೆ ಆರರಿಂದ ಮಧ್ಯಾಹ್ನ ಒಂದರವರೆಗೆ ಮತ್ತು ಮಧ್ಯಾಹ್ನ ಮೂರರಿಂದ ಎಂಟೂವರೆಯವರೆಗೆ ದರ್ಶನಕ್ಕೆ ಅವಕಾಶವಿದೆ. ಪ್ರತಿವರ್ಷ ರಥಸಪ್ತಮಿಯಂದು ಇಲ್ಲಿ ವಿಶೇಷ ಜಾತ್ರೆ ನಡೆಯುತ್ತದೆ. ಉತ್ತಮ ರಸ್ತೆ ಸಂಪರ್ಕ, ವಾಹನ ಸೌಕರ್ಯ, ವಸತಿ ಸೌಕರ್ಯವಿದೆ. ದೇವಾಲಯದಲ್ಲಿ ಪ್ರತಿದಿನ ಊಟದ ವ್ಯವಸ್ಥೆಯಿದೆ. ಹೊನ್ನಾವರ ಅಥವಾ ಮುರುಡೇಶ್ವರವರೆಗೆ ರೈಲಿನ ಸೌಲಭ್ಯವಿದೆ. ಅಲ್ಲಿಂದ ಇಡಗುಂಜಿಗೆ ಖಾಸಗಿ ವಾಹನ ಸೌಲಭ್ಯವಿದೆ.

2
ದೊಡ್ಡದಾಳವಾಟ್ಟ ಶ್ರೀ ಲಕ್ಷ್ಮೀ ನರಸಿಂಹ ದೇವಾಲಯ

ದೊಡ್ಡದಾಳವಾಟ್ಟ, ತುಮಕೂರು ಜಿಲ್ಲೆ.

ದೊಡ್ಡದಾಳವಾಟ್ಟ ಶ್ರೀ ಲಕ್ಷ್ಮೀ ನರಸಿಂಹ ದೇವಾಲಯ - ಕರ್ನಾಟಕದ ಗಡಿಭಾಗ ಮಧುಗಿರಿ ತಾಲೂಕಿನಲ್ಲಿರುವ ಹೊಯ್ಸಳ ವಿಜಯನಗರ ಶೈಲಿಯಲ್ಲಿ ನಿರ್ಮಾಣವಾದ ಸುಂದರ ದೇವಾಲಯ. ಸುಮಾರು 40 ಕಿಲೋಮೀಟರ್ ಮತ್ತು ಆಂಧ್ರದ ಹಿಂದುಪುರಂನಿಂದ ಸುಮಾರು ಹದಿನೈದು ಕಿಲೋಮೀಟರ್ ದೂರದಲ್ಲಿರುವ ಈ ಊರು ಮಾರಮ್ಮ ದೇವಾಲಯ,ಈಶ್ವರ ದೇವಾಲಯ ಸೇರಿದಂತೆ ಅನೇಕ ದೇವಾಲಯಗಳ ತವರೂರು. ಇವೆಲ್ಲಕ್ಕೂ ಕಳಶಪ್ರಾಯವಿಟ್ಟಂತೆ ಇಲ್ಲಿನ ಶ್ರೀ ಲಕ್ಷ್ಮೀನರಸಿಂಹ ದೇವಾಲಯ ಪ್ರತಿವರ್ಷ ಸಾವಿರಾರು ಭಕ್ತಾದಿಗಳನ್ನು ಕೈ ಬೀಸಿ ಕರೆಯುತ್ತಿದೆ.

ಸ್ಥಳ ಪುರಾಣದ ಪ್ರಕಾರ ದಳ ಮಹರ್ಷಿಯ ತಪಸ್ಸಿಗೆ ಮೆಚ್ಚಿದ ವಿಷ್ಣುವು ನರಸಿಂಹಸ್ವಾಮಿಯಾಗಿ ಪ್ರತ್ಯಕ್ಷನಾಗಿ ಬೇಕಾದ ವರವನ್ನು ಬೇಡೆನ್ನಲು, ಎಂದೆಂದಿಗೂ ನೀನು ಇಲ್ಲಿಯೇ ನೆಲೆಸಿ ಭಕ್ತರ ಕಷ್ಟಗಳನ್ನು ಪರಿಹರಿಸಬೇಕು ಎಂದು ದಳ ಮಹರ್ಷಿಯು ಕೇಳಿದನಂತೆ. ಮಹರ್ಷಿಯ ಮಾತಿಗೆ ಮೆಚ್ಚಿದ ಪರಮಾತ್ಮನು ಕಪ್ಪುಶಿಲೆಯ ರೂಪದಲ್ಲಿ ಲಕ್ಷ್ಮೀನರಸಿಂಹಸ್ವಾಮಿಯಾಗಿ ಇಲ್ಲಿ ಉದ್ಭವನಾಗಿದ್ದಾನೆ. ಕಾಲಕ್ರಮೇಣ, ಈ ರಸ್ತೆಯಲ್ಲಿ ಬರುತ್ತಿದ್ದ ವ್ಯಾಪಾರಿಗಳು

ಸಂಜೆ ಕತ್ತಲಾಗಲು ಆ ರಾತ್ರಿಯನ್ನು ಇಲ್ಲಿಯೇ ಕಳೆಯಲು ನಿರ್ಧರಿಸಿ ಅಲ್ಲಿದ್ದ ಕಲ್ಲಿಗೆ ಇನ್ನೆರಡು ಕಲ್ಲುಗಳನ್ನು ಸೇರಿಸಿ ಒಲೆಯನ್ನು ಮಾಡಿ ಅದರ ಮೇಲೆ ಅನ್ನವನ್ನು ಬೇಯಲು ಇಟ್ಟರು. ಆದರೆ ಬೇಯಲು ಈತ ಅನ್ನವು ರಕ್ತದಂತಾಗಲು, ಹೆದರಿದ ವ್ಯಾಪಾರಿಗಳಿಗೆ ಸ್ವಾಮಿಯು ಸ್ವಪ್ನದಲ್ಲಿ ದರ್ಶನ ಕೊಟ್ಟು ನೀವು ಒಲೆಯಾಗಿ ಉಪಯೋಗಿಸಿದ ಕಲ್ಲಿನಲ್ಲಿ ನಾನು ನೆಲೆಸಿದ್ದೇನೆ. ಹಾಗಾಗಿ ಇಲ್ಲಿ ದೇವಾಲಯವನ್ನು ಕಟ್ಟಿಸಿ. ನಿಮಗೆ ಶುಭವಾಗಲಿ. ಎಂದು ಆಶೀರ್ವದಿಸಿ ಅಂತರ್ಧಾನನಾದನು. ಸ್ವಾಮಿಯ ಆಜ್ಞೆಯಂತೆ ವ್ಯಾಪಾರಿಗಳು ಅಲ್ಲಿ ದೇವಾಲಯವನ್ನು ಕಟ್ಟಿಸಿದರು.

ಇನ್ನೂ ಕೆಲವು ಜನರ ಪ್ರಕಾರ, ವಿಜಯನಗರದ ಸಾಮಂತರಾಜ ಮಧುಗಿರಿಯ ಪ್ರಭುಗಳು ದಳಗಳೆಂದು ಕರೆಯಲ್ಪಡುವ ದೊಡ್ಡದಾದ ಸೇನಾ ತುಕಡಿಯನ್ನು ಇಲ್ಲಿ ನಿಯೋಜಿಸಿದ್ದರು. ಪೆನುಗೊಂಡ ರಾಜ್ಯದ ಮೇಲೆ ನಡೆದ ಯುದ್ಧದಲ್ಲಿ ಆ ದೊಡ್ಡದಳದ ಸೈನಿಕರು ಹೋರಾಡಿ ಜಯ ಗಳಿಸಿದ್ದಕ್ಕಾಗಿ ಈ ಊರಿಗೆ ದೊಡ್ಡದಾಳವಟ್ಟ ಎಂದು ಹೆಸರಿಟ್ಟರು ಎಂದು ಪ್ರತೀತಿ.

ವಿಶಾಲ ಜಾಗದಲ್ಲಿ ವಿಜಯನಗರ ಹೊಯ್ಸಳ ಶೈಲಿಯಲ್ಲಿ ನಿರ್ಮಿತವಾದ ಈ ದೇಗುಲ 50 ಅಡಿ ಎತ್ತರದ ರಾಜಗೋಪುರವನ್ನು ಹೊಂದಿದೆ. ದೇವಾಲಯದ ಗೋಪುರದ ಒಳಗೆ ಪ್ರವೇಶಿಸಿದರೆ ಸ್ವಾಮಿಯ ಸೇವೆಗಾಗಿ ಸದಾ ಕಾಲ ಸಿದ್ಧನಾಗಿ ಕೂತಿರುವ ಗರುಡ ಸ್ವಾಮಿ ಕಾಣಸಿಗುತ್ತಾನೆ. ಗರುಡನನ್ನು ನಮಸ್ಕರಿಸಿ ಒಳಹೋದರೆ ಗಣೇಶ, ಸರಸ್ವತಿ, ಹನುಮಂತ ಸೇರಿದಂತೆ ಸುತ್ತಲೂ ಸುಂದರವಾದ ದೇವರ ವಿಗ್ರಹಗಳು ಕಾಣಸಿಗುತ್ತವೆ. ದೇವಾಲಯದ ಇನ್ನೊಂದು ಭಾಗದಲ್ಲಿ ನವಗ್ರಹಗಳ ಸನ್ನಿಧಿ ಇದೆ. ದೇವಾಲಯದ ಹೊರ ಆವರಣದಿಂದ, ಗರ್ಭಗುಡಿಗೆ ಹೊಂದಿಕೊಂಡಿರುವ ಒಳ ಆವರಣಕ್ಕೆ ಪ್ರವೇಶಿಸಿದರೆ ಪ್ರಶಾಂತವಾಗಿ ಕುಳಿತಿರುವ ಸ್ವಾಮಿಯ ದಿವ್ಯ ದರ್ಶನ ಕಂಡು ಜೀವನ ಪುಳಕಿತಗೊಳ್ಳುತ್ತದೆ. ದೇಗುಲಕ್ಕೆ ಹೊಂದಿಕೊಂಡಂತೆಯೇ ಇದರ ಪಕ್ಕದಲ್ಲಿ ಇನ್ನೊಂದು ಲಕ್ಷ್ಮಿ ದೇವಾಲಯ ಇದೆ. ದೇವರ ಮುಂದೆ ತಗ್ಗಿ-ಬಗ್ಗಿ ನಡೆಯಬೇಕು ಎಂಬ ಉದ್ದೇಶದಿಂದ ಅಷ್ಟೇನೂ ಎತ್ತರವಿಲ್ಲದ ಕಿರಿದಾದ ಬಾಗಿಲನ್ನು ದಾಟಿ ಲಕ್ಷ್ಮಿ ದೇವಾಲಯಕ್ಕೆ ಪ್ರವೇಶಿಸಿ ಲಕ್ಷ್ಮಿ ದೇವಾಲಯ ದರ್ಶನ ಮಾಡಿದರೆ ಜೀವನ ಧನ್ಯ. ನೂರಾರು ವರ್ಷದಿಂದ ಭಕ್ತರ ಕೋರಿಕೆಗಳನ್ನುತೀರಿಸುತ್ತಾ ಇಲ್ಲಿಯೇ ನೆಲೆಸಿರುವ ಸ್ವಾಮಿಗೆ ಪ್ರತಿವರ್ಷ ಆಷಾಢ ಮಾಸದಲ್ಲಿ ವಿಶೇಷ ಬ್ರಹ್ಮರಥೋತ್ಸವ ನಡೆಯುತ್ತದೆ.

ದೇವಾಲಯದ ಪಕ್ಕದಲ್ಲೇ ಇತಿಹಾಸ ಪ್ರಸಿದ್ಧ ಕಲ್ಯಾಣಿ ಇದೆ. ಸ್ವಲ್ಪ ದೂರದಲ್ಲಿಯೇ ಸುಂದರ ಮೂರ್ತಿಯ ಶಿವನ ದೇವಾಲಯವಿದೆ. ಮಧುಗಿರಿಯಿಂದ ದೊಡ್ಡದಾಳವಟ್ಟಕ್ಕೆ ಬಸ್ ಸಂಚಾರ ಇದೆಯಾದರೂ ಆದಷ್ಟು ಸ್ವಂತ ವಾಹನದಲ್ಲಿ ಬರುವುದು ಉತ್ತಮ

3

"ದಕ್ಷಿಣ ಕಾಶಿ" ನಂಜನಗೂಡು ದೇವಾಲಯ

"ನಂಜನಗೂಡು, ಮೈಸೂರು "

"ದಕ್ಷಿಣ ಕಾಶಿ" ಎಂದೇ ಪ್ರಖ್ಯಾತವಾಗಿರುವ ಕರ್ನಾಟಕದ ಅತಿ ದೊಡ್ಡ ದೇವಾಲಯ - ನಂಜನಗೂಡಿನ ನಂಜುಂಡೇಶ್ವರ ಅಥವಾ ಶ್ರೀಕಂಠೇಶ್ವರ ದೇವಾಲಯ. ಮೈಸೂರಿನಿಂದ ಸುಮಾರು 23 ಕಿ.ಮೀ ದೂರದಲ್ಲಿ ಕಾವೇರಿ ನದಿಯ ಉಪನದಿಯಾದ ಕಪಿಲಾ ನದಿಯ ದಂಡೆಯಲ್ಲಿರುವ ನಂಜನಗೂಡು ಒಂದು ಪ್ರಮುಖ ಧಾರ್ಮಿಕ ಹಾಗೂ ಐತಿಹಾಸಿಕ ಪಟ್ಟಣವಾಗಿದೆ. ಇಲ್ಲಿರುವ ಶ್ರೀಕಂಠೇಶ್ವರ ದೇವಾಲಯಕ್ಕೆ ಪ್ರತಿದಿನ ಸಾವಿರಾರು ಭಕ್ತಾದಿಗಳು ಭೇಟಿ ನೀಡುತ್ತಾರೆ. ಸಮುದ್ರಮಥನದಲ್ಲಿ ಹುಟ್ಟಿದ ನಂಜನ್ನು(ವಿಷ) ಕುಡಿದ ಶಿವನ ಕತೆ ನಮಗೆಲ್ಲಾ ಗೊತ್ತು. ವಿಷ ಒಳಗೆ ಹೋಗದಂತೆ ಶಿವನ ಗಂಟಲನ್ನು ಪಾರ್ವತಿ (ಶ್ರೀ) ಒತ್ತಿಹಿಡಿದಳು. ಹಾಗಾಗಿ ಇಲ್ಲಿನ ಶಿವನನ್ನು ಶ್ರೀಕಂಠೇಶ್ವರ ಅಥವಾ ನಂಜುಂಡೇಶ್ವರ ಎಂದು ಕರೆಯುತ್ತಾರೆ. ರೋಗವನ್ನು ಗುಣಪಡಿಸುವ ಶಿವನಾದ್ದರಿಂದ ಇವನನ್ನು ಹಕೀಮ್(ವೈದ್ಯ) ನಂಜುಂಡ ನೆಂದು ಕೂಡ ಕರೆಯುತ್ತಾರೆ. ರೋಗ ಗುಣವಾಗಲೆಂದು ಹರಕೆ ಹೊತ್ತು ನೂರಾರು ಜನರು ಹರಕೆ ತೀರಿಸಲು ಪ್ರತಿದಿನ ಇಲ್ಲಿಗೆ ಭೇಟಿ ನೀಡುತ್ತಾರೆ.

117 ಮೀಟರ್(385 ಅಡಿ) ಉದ್ದ ಮತ್ತು 48ಮೀಟರ್ (160 ಅಡಿ) ಅಗಲವಿರುವ ಈ ದೇವಾಲಯ ದ್ರಾವಿಡ ಶೈಲಿಯಲ್ಲಿ ನಿರ್ಮಾಣಗೊಂಡಿದೆ. 147 ಕಂಬಗಳನ್ನು ಮತ್ತು ಸುಮಾರು 120 ಅಡಿ ಎತ್ತರದ ಗೋಪುರವನ್ನು ಈ ದೇವಾಲಯ ಹೊಂದಿದೆ. ದೇವಾಲಯದ ಒಳಗೆ ಇನ್ನೂರಕ್ಕೂ ಹೆಚ್ಚು ವಿಗ್ರಹಗಳು ಪ್ರತಿಷ್ಠಾಪನೆಯಾಗಿವೆ. ನೂರಕ್ಕೂ ಹೆಚ್ಚು ವಿವಿಧ ರೀತಿಯ ಶಿವಲಿಂಗಗಳನ್ನು ಹೊಂದಿರುವ ದೇವಾಲಯ ಇದು. ಮಹಾದ್ವಾರದ ಪಶ್ಚಿಮಕ್ಕೆ ಶ್ರೀಕಂಠೇಶ್ವರ ಮೂಲ ಲಿಂಗವಿದೆ.

ಈ ದೇವಾಲಯ ನಾಲ್ಕು ವಿವಿಧ ಕಾಲಘಟ್ಟಗಳಲ್ಲಿ ಅಭಿವೃದ್ಧಿ ಹೊಂದಿದೆ ಎಂದು ಇತಿಹಾಸ ಹೇಳುತ್ತದೆ. ಮೊದಲು ಚೋಳರು ಅಥವಾ ಗಂಗರ ಕಾಲದಲ್ಲಿ (ಸುಮಾರು ಹತ್ತನೆಯ ಶತಮಾನದಲ್ಲಿ) ಶ್ರೀಕಂಠೇಶ್ವರ ಲಿಂಗ ಹಾಗು ಗರ್ಭಗುಡಿ ಕಟ್ಟಲಾಗಿದೆ. ಹದಿಮೂರನೆಯ ಶತಮಾನದಲ್ಲಿ ಹೊಯ್ಸಳರ ಕಾಲದಲ್ಲಿ ಕಂಬಗಳು ಹಾಗು ಮಂಟಪವನ್ನು ನಿರ್ಮಿಸಲಾಗಿದೆ. ಶ್ರೀಕೃಷ್ಣದೇವರಾಯರ ದತ್ತಿಶಾಸನ ಇರುವುದರಿಂದ ಹೊಯ್ಸಳ ಕಾಲದಲ್ಲೂ ಕೆಲವು ಅಭಿವೃದ್ಧಿ ಕಾರ್ಯಗಳು ನಡೆದಿವೆ. ಮತ್ತು ಕಡೆಯದಾಗಿ ಮೈಸೂರು ಅರಸರ ಕಾಲದಲ್ಲಿ, ಅದರಲ್ಲೂ ವಿಶೇಷವಾಗಿ ಮುಮ್ಮಡಿ ಕೃಷ್ಣರಾಜ ಒಡೆಯರ ಕಾಲದಲ್ಲಿ ಇದು ವಿಶೇಷವಾಗಿ ಅಭಿವೃದ್ಧಿ ಹೊಂದಿತು. ಇದರ ಕುರುಹಾಗಿ ದೇವಾಲಯದ ಒಳಗೆ ಮುಮ್ಮಡಿ ಕೃಷ್ಣದೇವರಾಯರ ವಿಗ್ರಹವನ್ನು ಕೂಡ ಕಾಣಬಹುದಾಗಿದೆ.

ನಂಜುಂಡೇಶ್ವರ ದೇವಾಲಯ ನೋಡಿ, ಸಮೀಪದಲ್ಲೇ ಇರುವ ಪರಶುರಾಮ ದೇವಾಲಯವನ್ನು ನೋಡದೆ ಬಂದರೆ, ನಂಜುಂಡೇಶ್ವರ ದರ್ಶನದ ಭಾಗ್ಯ ಪ್ರಾಪ್ತಿಯಾಗುವುದಿಲ್ಲವೆಂದು ಪ್ರತೀತಿ. ದೇವಾಲಯಗಳಲ್ಲಿ ವರ್ಷಕ್ಕೆ ಒಂದು ಜಾತ್ರೆ ನಡೆಯುವುದು ಸಾಮಾನ್ಯ. ಆದರೆ ದೊಡ್ಡ ಜಾತ್ರೆ ಮತ್ತು ಚಿಕ್ಕ ಜಾತ್ರೆ ಎಂದು ವರ್ಷಕ್ಕೆ ಎರಡು ರೀತಿಯ ಜಾತ್ರೆ ಇಲ್ಲಿ ನಡೆಯುತ್ತದೆ. ಈ ಎರಡು ಜಾತ್ರೆಗಳೂ ಸೇರಿದಂತೆ ಮಹಾ ಶಿವರಾತ್ರಿ, ಗಿರಿಜಾ ಕಲ್ಯಾಣ ಉತ್ಸವ, ತೆಪ್ಪೋತ್ಸವ, ಶ್ರೀ ಶ್ರೀ ರವರ ವರ್ಧಂತಿ, ಲಕ್ಷ ದೀಪೋತ್ಸವಗಳು ಇಲ್ಲಿನ ವಿಶೇಷ ಉತ್ಸವಗಳು. ನಿಗದಿತ ದಿನಗಳಂದು ನಿತ್ಯ ಕಲ್ಯಾಣೋತ್ಸವ ಸೇವೆ ಕೂಡ ಇಲ್ಲಿ ನಡೆಯುತ್ತದೆ. ನಂಜನಗೂಡಿಗೆ ಉತ್ತಮ ರಸ್ತೆ ಸಂಪರ್ಕ ಹಾಗು ವಾಹನ ಸೌಲಭ್ಯವಿದೆ. ದೇವಾಲಯದ ಮತ್ತು ಖಾಸಗಿ ವಸತಿ ವ್ಯವಸ್ಥೆಯಿದೆ. ಅಂದಹಾಗೆ ನಂಜುಂಡೇಶ್ವರನಷ್ಟೇ ಇಲ್ಲಿನ ರಸಬಾಳೆ ಕೂಡ ಪ್ರಸಿದ್ಧಿ. ನಂಜನಗೂಡಿನ ರಸಬಾಳೆ ವಿಶ್ವಪ್ರಸಿದ್ಧಿ ಪಡೆದಿದೆ.

4

ಹಾಸನಾಂಬ ದೇವಾಲಯ, ಹಾಸನ

ಮಲೆನಾಡಿನ ಹೆಬ್ಬಾಗಿಲು, ಬಡವರ ಪಾಲಿನ ಊಟಿ ಎಂದು ಕರೆಯಲ್ಪಡುವ ಕರ್ನಾಟಕದ ಜಿಲ್ಲೆ- ಹಾಸನ ಬೇಲೂರು-ಹಳೇಬೀಡುಗಳಂತಹ ಜಗದ್ವಿಖ್ಯಾತ ಶಿಲ್ಪಕಲೆಯ ತವರೂರು . ಈ ಊರಿನ ದೇವತೆಯಾದ ಹಾಸನಾಂಬಾಳಿಂದಾಗಿ ಇದಕ್ಕೆ ಹಾಸನ ಎಂಬ ಹೆಸರು ಬಂತು ಎಂದು ನಂಬಿಕೆ. ಹಾಸನಾಂಬಾಳ ದರ್ಶನ ಮಾಡಿ ಪುನೀತರಾಗೋಣ ಬನ್ನಿ.

ವಾಯುವಿಹಾರಕ್ಕೆಂದು ವಾರಣಾಸಿಯಿಂದ ದಕ್ಷಿಣಭಾರತದೆಡೆಗೆ ಬರುತ್ತಿದ್ದ ಸಪ್ತ ಮಾತೃಕೆಯರು ಹಾಸನದ ಬಳಿಗೆ ಬಂದಾಗ ಇಲ್ಲಿನ ಸುಂದರ ಪರಿಸರವನ್ನು ಕಂಡು ಸಂತೋಷಗೊಂಡು, ಕೆಲವು ದಿನ ಇಲ್ಲಿಯೇ ನೆಲೆಸಬೇಕೆಂದು ನಿರ್ಧರಿಸುತ್ತಾರೆ. ಆ ಏಳುಜನರ ಪೈಕಿ ಮೂವರಾದ ವೈಷ್ಣವಿ, ಮಹೇಶ್ವರಿ ಹಾಗೂ ಕೌಮಾರಿಯರು ಹಾಸನದಲ್ಲಿ ಹುತ್ತದ ರೂಪದಲ್ಲಿ ನೆಲೆಸುತ್ತಾರೆ. ಇನ್ನುಳಿದ ನಾಲ್ವರ ಪೈಕಿ ಮೂವರು ಅಂದರೆ ಚಾಮುಂಡಿ, ವಾರಾಹಿ, ಇಂದ್ರಾಣಿಯವರು ನಗರದ ಮಧ್ಯಭಾಗದಲ್ಲಿರುವ ದೇವಿಗೆರೆಯಲ್ಲಿ ನೆಲೆಸಿದರೆ ಬ್ರಾಹ್ಮೀ ದೇವಿಯು ಹಾಸನ ಸಮೀಪದ ಕೆಂಚಮ್ಮನ ಹೊಸಕೋಟೆಯಲ್ಲಿ ನೆಲೆಸಿದಳು ಎಂಬುದು ಪುರಾಣ ಕತೆಗಳಿಂದ ತಿಳಿದುಬಂದಿದೆ.

ಈ ಪ್ರದೇಶದಲ್ಲಿ ಬುಕ್ಕನಾಯಕ ಕೋಟೆಯೊಂದನ್ನು ಕಟ್ಟಿ ಆ ಊರಿಗೆ ಚನ್ನಪಟ್ಟಣ ಎಂದು ನಾಮಕರಣ ಮಾಡಿದನು. ಬುಕ್ಕ ನಾಯಕರ ವಂಶಸ್ಥರಾದ ಸಂಜೀವ ಕೃಷ್ಣಪ್ಪ ನಾಯಕರು ಒಮ್ಮೆ ಇಲ್ಲಿ ತಂಗಿದ್ದಾಗ, ಅವರ ಕನಸಿನಲ್ಲಿ

ಹಾಸನಾಂಬ ದೇವಿಯು ದರ್ಶನವಾಗಿ ತಾನು ಇಲ್ಲಿ ನೆಲೆಸಿರುವುದಾಗಿಯೂ, ಇಲ್ಲಿ ದೇವಾಲಯವೊಂದನ್ನು ಕಟ್ಟುವಂತೆಯೂ ಆಶೀರ್ವಾದ ಮಾಡಿ ಮಾಯವಾಗುತ್ತಾಳೆ. ಹಾಸನಾಂಬ ನೆಲೆಸಿದ್ದರಿಂದ ಈ ಊರಿಗೆ ಹಾಸನ ಎಂಬ ಹೆಸರು ಬಂದಿತು ಎಂಬ ವಿವರಗಳು ಕ್ರಿಶ. 1140 ರ ಶಿಲಾಶಾನವೊಂದರಿಂದ ತಿಳಿದುಬಂದಿದೆ. ಇನ್ನೂ ಕೆಲವು ಪುರಾಣಗಳ ಪ್ರಕಾರ ದ್ವಾಪರಯುಗದಲ್ಲಿ ಜನಮೇಜಯರು ಇಲ್ಲಿ ಸಿಂಹಾಸನ ಏರಿದ್ದರು. ಹಾಗಾಗಿ ಸಿಂಹಾಸನಪುರ ಎಂದು ಇದನ್ನು ಕರೆಯಲಾಯಿತು. ಸಿಂಹಾಸನಪುರ ದಲ್ಲಿ 2, 3 ಮತ್ತು 4 ನೇ ಅಕ್ಷರಗಳು ಹಾಗೆಯೇ ಉಳಿದುಕೊಂಡು ಹಾಸನವೆಂದಾಯ್ತು ಎಂದೂ ಕೆಲವರು ನಂಬಿದ್ದಾರೆ. ಇನ್ನೂ ಕೆಲವು ಕತೆಗಳ ಪ್ರಕಾರ 12 ಶತಮಾನದಲ್ಲಿ ಈ ಪ್ರದೇಶದಲ್ಲಿ ನಗುತ್ತಿರುವ ಸುಂದರ ದೇವಿಯ ವಿಗ್ರಹವೊಂದು ದೊರೆತಿತ್ತು. ನಗುವ ಅಂದರೆ ಹಸನ ಎಂದು ಕೂಡ ಅರ್ಥ. ಹಾಗಾಗಿ ಹಾಸನ ಹೆಸರು ಬಂತು ಎಂದು ಕೆಲವರು ಹೇಳುತ್ತಾರೆ.

ಹಾಸನಾಂಬ ದೇವಾಲಯ ಅನೇಕ ವಿಶಿಷ್ಟತೆಗಳಿಂದ ಕೂಡಿದೆ: ಬೇರೆ ದೇವಾಲಯಗಳಲ್ಲಿದ್ದಂತೆ ವರ್ಷಪೂರ್ತಿ ದೇವಿಯ ದರ್ಶನ ಇಲ್ಲಿರುವುದಿಲ್ಲ. ವರ್ಷಕ್ಕೆ ಹತ್ತರಿಂದ ಹದಿನೈದು ದಿನಗಳಷ್ಟೇ ಹಾಸನಾಂಬ ದೇವಿಯ ದರ್ಶನಕ್ಕೆ ಅವಕಾಶ.ಇದರ ಇನ್ನೊಂದು ವೈಶಿಷ್ಟ್ಯವೆಂದರೆ ದೇವಾಲಯ ಮುಚ್ಚುವಾಗ ಹಚ್ಚಿದ ದೀಪ ಮುಂದಿನ ವರ್ಷ ಬಾಗಿಲು ತೆರೆಯುವ ತನಕ ತನ್ನಿಂತಾನೇ ನಿರಂತರವಾಗಿ ಉರಿಯುತ್ತಲೇ ಇರುತ್ತದೆ. ಇನ್ನೊಂದು ವಿಚಿತ್ರ ಸಂಗತಿಯೆಂದರೆ, ಕೇವಲ ದೀಪವಷ್ಟೇ ಅಲ್ಲ, ಕೊನೆಯ ದಿನ ಪೂಜಿಸಿದ ಹೂವು ಕೂಡ ಮುಂದಿನ ವರ್ಷ ದೇವಾಲಯದ ಬಾಗಿಲು ತೆರೆಯುವವರೆಗೆ ಬಾಡದೆ ಹಾಗೆಯೇ ನಳನಳಿಸುತ್ತಿರುತ್ತದೆ. ಲಕ್ಷಾಂತರ ಭಕ್ತರ ಬೇಡಿಕೆಗಳನ್ನು ಈಡೇರಿಸುವ ಹಾಸನಾಂಬ ಹಾಸನದ ದೇವತೆಯಾಗಿ ಇಂದಿಗೂ ಇಲ್ಲಿಯೇ ನೆಲೆಸಿದ್ದಾಳೆ. ಈಗಾಗಲೇ ಹೇಳಿದಂತೆ ಕೆಲವೇ ದಿನಗಳು ಮಾತ್ರ ದರ್ಶನ ಇರುವುದರಿಂದ ಮುಂದಿನ ಬಾರಿ ಬಾಗಿಲು ಯಾವಾಗ ತೆರೆಯುತ್ತದೆ ಎಂದು ನೋಡಿಕೊಂಡು ಒಮ್ಮೆ ಹೋಗಿ ದರ್ಶನ ಮಾಡಿಕೊಂಡು ಬನ್ನಿ. ಕೊರೊನ ಕಾರಣದಿಂದಾಗಿ ಕಳೆದ ಬಾರಿ ದರ್ಶನಕ್ಕೆ ಕೆಲವು ನಿರ್ಬಂಧಗಳನ್ನು ಹೇರಲಾಗಿತ್ತು. ಕೊರೊನ ಕಳೆದು, ಬೇಗನೆ ದೇವಾಲಯದ ಬಾಗಿಲು ತೆರೆದು, ದೇವಿಯು ದರ್ಶನ ನೀಡುವಂತಾಗಲಿ. ಹಾಸನ ಒಂದು ಜಿಲ್ಲಾಕೇಂದ್ರವಾಗಿದ್ದು, ರಾಜ್ಯದ ಎಲ್ಲೆಡೆಯಿಂದಲೂ ಬಸ್ ಸಂಚಾರ ವ್ಯವಸ್ಥೆಯಿದೆ. ವಾರಾಂತ್ಯವೊಂದರಲ್ಲಿ ಹಾಸನದ ಜೊತೆಜೊತೆಗೆ ಶ್ರವಣಬೆಳಗೊಳ, ಬೇಲೂರು-ಹಳೇಬೀಡುಗಳನ್ನೂ ಸುತ್ತಾಡಿಕೊಂಡು ಬರಬಹುದು.

5
ಘಾಟಿ ಸುಬ್ರಹ್ಮಣ್ಯ ದೇವಾಲಯ

ಘಾಟಿ, ಬೆಂಗಳೂರು ಗ್ರಾಮಾಂತರ ಜಿಲ್ಲೆ,

ಸರ್ಪದೋಷ, ಕಾಳಸರ್ಪದೋಷ, ವಿವಾಹ, ಕೆಲಸ, ಸಂತಾನಗಳಲ್ಲಿ ಯಾವುದೇ ದೋಷವಿದ್ದರೆ ಅವುಗಳನ್ನು ಪರಿಹರಿಸಿ ಭಕ್ತರನ್ನು ಆಶೀರ್ವದಿಸುತ್ತಾ ಬಂದಿರುವ, ಘಾಟಿ ಸುಬ್ರಹ್ಮಣ್ಯನ ದರ್ಶನ ಮಾಡಿ ಬರೋಣ ಬನ್ನಿ. ಕರ್ನಾಟಕದ ಮೂರು ಪ್ರಸಿದ್ಧ ಸುಬ್ರಹ್ಮಣ್ಯ ದೇವಾಲಯಗಳಲ್ಲಿ ಘಾಟಿ ಕೂಡ ಒಂದು. ಕುಕ್ಕೆಯನ್ನು ಆದಿಸುಬ್ರಹ್ಮಣ್ಯನೆಂದೂ, ಘಾಟಿಯನ್ನು ಮಧ್ಯ ಸುಬ್ರಹ್ಮಣ್ಯನೆಂದೂ, ತುಮಕೂರು ಜಿಲ್ಲೆ ನಾಗಲಮಡಿಕೆಯನ್ನು ಅಂತ್ಯ ಸುಬ್ರಹ್ಮಣ್ಯನೆಂದೂ ಕರೆಯುತ್ತಾರೆ.

ಸುಮಾರು 600 ವರ್ಷಗಳ ಹಿಂದೆ ವ್ಯಾಪಾರಿಯೊಬ್ಬ ವ್ಯಾಪಾರ ಮುಗಿಸಿಕೊಂಡು ಬರುವಾಗ ಆಯಾಸ ನಿವಾರಣೆಗಾಗಿ ದೊಡ್ಡಬಳ್ಳಾಪುರದ ಬೆಟ್ಟವೊಂದರ ಬಳಿ ತಂಗಿ, ಅಲ್ಲಿ ಊಟ-ತಿಂಡಿ ಮುಗಿಸಿಕೊಂಡು, ಅಲ್ಲಿನ ಕುಮಾರತೀರ್ಥದ ನೀರನ್ನು ಕುಡಿದು ಅಲ್ಲಿನ ಕಲ್ಲಿನ ಮೇಲೆ ಮಲಗಿ ವಿಶ್ರಾಂತಿ ಪಡೆದುಕೊಳ್ಳುತ್ತಿದ್ದನಂತೆ. ಹೀಗೆ ಆತ ಮಲಗಿದ್ದಾಗ "ಇಲ್ಲೇಕೆ ಮಲಗಿದ್ದೀಯೆ? ಎದ್ದೇಳು!" ಎಂಬ ಧ್ವನಿ ಆಗಾಗ ಕೇಳುತ್ತಿತ್ತಂತೆ. ಇದಾವುದೋ ದುಷ್ಟಶಕ್ತಿಗಳ ಮಾಯೆಯಿರಬಹುದು ಎಂದು ಯೋಚಿಸಿ, ತನ್ನ ಪಾಡಿಗೆ ತಾನು ಅಲ್ಲಿ ವಿಶ್ರಾಂತಿ ತೆಗೆದುಕೊಳ್ಳುವುದನ್ನು ಮುಂದುವರೆಸಿದನಂತೆ. ಹೀಗಿರಲು ಒಮ್ಮೆ ಆ ವ್ಯಾಪಾರಿಯು ಅಲ್ಲಿ ಮಲಗಿ ನಿದ್ರಿಸುತ್ತಿರಲು ಅವನ ಸ್ವಪ್ನದಲ್ಲಿ ಸುಬ್ರಹ್ಮಣ್ಯ

ಸ್ವಾಮಿಯು ಪ್ರತ್ಯಕ್ಷವಾಗಿ "ನೀನು ಮಲಗಿರುವ ಈ ಜಾಗದಲ್ಲಿ ನಾನು ನೆಲೆಸಿದ್ದೇನೆ. ನೀನು ಮಲಗಿರುವ ಕಲ್ಲು ಕೇವಲ ಕಲ್ಲಲ್ಲ. ನಾನು ಏಳು ಎಡೆಯ ಸರ್ಪವಾಗಿ ಉದ್ಭವವಾಗಿರುವ ಶಿಲೆ ಅದು. ನಾನು ಇಲ್ಲಿ ಉದ್ಭವವಾಗಿ ನೆಲೆಸಿರುವ ವಿಚಾರವನ್ನು ಬಳ್ಳಾರಿ ಬಳಿಯ ಸಂಡೂರಿನ ಘೋರ್ಪಡೆ ವಂಶಜ ಅರಸರಿಗೆ ತಿಳಿಸಿ, ಇಲ್ಲಿ ಒಂದು ದೇವಾಲಯವನ್ನು ಕಟ್ಟಿಸಲು ಅವರಿಗೆ ಹೇಳು. ನಿನಗೆ ಶುಭವಾಗುತ್ತದೆ" ಎಂದು ಆಶೀರ್ವದಿಸಿ ಸ್ವಾಮಿಯು ಅಂತರ್ಧಾನನಾದನು. ತಕ್ಷಣ ಎಚ್ಚೆತ್ತ ಆ ವ್ಯಾಪಾರಿಯು ಆ ಊರಿನ ಬ್ರಾಹ್ಮಣರೊಬ್ಬರಿಗೆ ತನ್ನ ಸ್ವಪ್ನ ವೃತ್ತಾಂತವನ್ನು ತಿಳಿಸಿ ಇಬ್ಬರೂ ಸೇರಿ ಸಂಡೂರಿಗೆ ಹೋಗಿ ರಾಜನ ಬಳಿ ಸ್ವಾಮಿಯ ಆಜ್ಞೆಯನ್ನು ತಿಳಿಸಿದರಂತೆ. ನಂತರ ಆ ರಾಜನು ಅವರಿಬ್ಬರ ಜೊತೆ ಸ್ವಾಮಿಯು ನೆಲೆಸಿದ್ದ ಆ ಪ್ರದೇಶಕ್ಕೆ ಬಂದು, ತಕ್ಷಣವೇ ದೇವಾಲಯವೊಂದನ್ನು ನಿರ್ಮಿಸಿ, ಆ ಬ್ರಾಹ್ಮಣರನ್ನೇ ಅಲ್ಲಿನ ಅರ್ಚಕರನ್ನಾಗಿ ನೇಮಿಸಿದರಂತೆ. ಘಟ್ಟ ಪ್ರದೇಶದಲ್ಲಿ ನೆಲೆಸಿದ ಸುಬ್ರಹ್ಮಣ್ಯನಾದ್ದರಿಂದ ಘಾಟಿ ಸುಬ್ರಹ್ಮಣ್ಯನೆಂದೇ ದೇವರಿಗೆ ಹೆಸರಾಯಿತು.

ಸುಬ್ರಹ್ಮಣ್ಯ ಸ್ವಾಮಿ ಹಾಗು ನರಸಿಂಹ ಸ್ವಾಮಿ ಇಬ್ಬರೂ ನೆಲೆಸಿರುವ ಪುಣ್ಯಕ್ಷೇತ್ರ ಇದು. ಏಳುಹೆಡೆಗಳುಳ್ಳ ಸುಬ್ರಹ್ಮಣ್ಯ ಸ್ವಾಮಿಯು ಪೂರ್ವಾಭಿಮುಖನಾಗಿಯೂ, ಲಕ್ಷ್ಮಿ ನರಸಿಂಹ ಸ್ವಾಮಿಯು ಪಶ್ಚಿಮಾಭಿಮುಖನಾಗಿಯೂ ಇಲ್ಲಿ ನೆಲೆಸಿದ್ದಾರೆ. ಈ ಸ್ವಾಮಿಯನ್ನು ನೇರವಾಗಿ ನೋಡದೆ, ಕನ್ನಡಿಯೊಂದರ ಮೂಲಕ ನೋಡಬಹುದಾಗಿದೆ. ಇಲ್ಲಿರುವ ಕುಮಾರತೀರ್ಥದಲ್ಲಿ ಸ್ವಾಮಿಯು ಪ್ರತಿದಿನ ಸ್ನಾನ ಮಾಡುತ್ತಿದ್ದನೆಂದು ಪ್ರತೀತಿ. ಇದರಲ್ಲಿ ಸ್ನಾನ ಮಾಡುವುದರಿಂದ ಅನೇಕ ರೋಗಗಳು ಗುಣವಾಗುತ್ತದೆ ಎಂದು ನಂಬಿಕೆ. ಇಲ್ಲಿನ ಅಶ್ವತ್ಥಕಟ್ಟೆಗೆ ಹರಕೆ ಹೊತ್ತವರ ಕೋರಿಕೆಗಳನ್ನು ಸ್ವಾಮಿಯು ಈಡೇರಿಸುತ್ತಾನೆಂದೂ ನಂಬಿಕೆ. ಹಾಗಾಗಿ ಇಲ್ಲಿನ ಅಶ್ವತ್ಥಕಟ್ಟೆ ಹಾಗು ನಾಗರಕಲ್ಲುಗಳಿಗೆ ನಿತ್ಯ ನೂರಾರು ಜನ ಭಕ್ತರು ಬಂದು ಸೇವೆ ಮಾಡಿ, ಹರಕೆ ತೀರಿಸಿ ಹೋಗುತ್ತಾರೆ.

ಪ್ರತಿವರ್ಷ ಪುಷ್ಯ ಮಾಸದ ಶುದ್ಧ ಷಷ್ಠಿಯಂದು ಈ ಕ್ಷೇತ್ರದಲ್ಲಿ ವೈಭವಯುತವಾದ ಬ್ರಹ್ಮ ರಥೋತ್ಸವ ಹಾಗು ದೀಪಾಲಂಕಾರವೂ ಸೇರಿದಂತೆ ಅನೇಕ ಉತ್ಸವಗಳು ಜರುಗುತ್ತವೆ. ಕೇವಲ ಜನಗಳಷ್ಟೇ ಅಲ್ಲದೆ, ಇಲ್ಲಿನ ದನಗಳ ಜಾತ್ರೆಯೂ ಅಷ್ಟೇ ಪ್ರಸಿದ್ಧಿ. ಸುತ್ತಮುತ್ತಲ ನೂರಾರು ಹಳ್ಳಿಗಳಿಂದ ಅನೇಕ ರೈತರು ತಮ್ಮ ದನಕರುಗಳನ್ನು ಹೊಡೆದುಕೊಂಡು ಈ ಜಾತ್ರೆಗೆ ಬರುತ್ತಾರೆ.

ಬೆಂಗಳೂರಿನಿಂದ ಕೇವಲ ಐವತ್ತು ಕಿಲೋಮೀಟರ್ ದೂರದಲ್ಲಿ ಇರುವುದರಿಂದ ಕೇವಲ ಒಂದೂವರೆ ಘಂಟೆಯ ಪ್ರಯಾಣ. ಕೆಂಪೇಗೌಡ ಬಸ್ ನಿಲ್ದಾಣದಿಂದ ಅನೇಕ ಬಸ್ಸುಗಳು ಘಾಟಿಗೆ ತೆರಳುತ್ತವೆ. ಕೆಲಸದ ನಿಮಿತ್ತ ಬೆಂಗಳೂರಿಗೆ ಬಂದಾಗ ಮಧ್ಯದಲ್ಲಿ ಅರ್ಧದಿನ ಸಮಯ ಸಿಕ್ಕರೂ ಕೂಡ, ಮೆಜೆಸ್ಟಿಕ್ ನಿಂದ ಬಸ್ ಹತ್ತಿ, ಘಾಟಿಗೆ ಹೋಗಿ ಸ್ವಾಮಿಯ ದರ್ಶನ ಮಾಡಿ ಬರಬಹುದು.

6

ಯಗಟಿಪುರ ಶ್ರೀ ಮಲ್ಲಿಕಾರ್ಜುನ ಸ್ವಾಮಿ ದೇವಾಲಯ

ಯಗಟಿಪುರ, ಚಿಕ್ಕಮಗಳೂರು ಜಿಲ್ಲೆ, ಕಡೂರು ತಾಲ್ಲೂಕು

ಚಿಕ್ಕಮಗಳೂರು ಜಿಲ್ಲೆ, ಕಡೂರು ತಾಲೂಕಿನಿಂದ ಸುಮಾರು 20 ಕಿ.ಮೀ. ದೂರದಲ್ಲಿರುವ ಯಗಟಿ ಮತ್ತು ಪುರ ಗ್ರಾಮಗಳ ಸಮೀಪವಿರುವ ಇತಿಹಾಸ ಪ್ರಸಿದ್ಧ ದೇವಾಲಯ ಯಗಟಿಪುರ ಶ್ರೀ ಮಲ್ಲಿಕಾರ್ಜುನ ಸ್ವಾಮಿ ದೇವಾಲಯ. ಗಂಗೆಯ ಸಮೇತ ಲಿಂಗರೂಪಿಯಾಗಿ ಉದ್ಭವಿಸಿರುವ ಮಲ್ಲಿಕಾರ್ಜುನನನ್ನು ನೋಡಲು ರಾಜ್ಯದ ಮೂಲೆಮೂಲೆಗಳಿಂದ ಸಾವಿರಾರು ಭಕ್ತರು ಇಲ್ಲಿಗೆ ಬರುತ್ತಾರೆ. ಇಲ್ಲಿನ ಶಿವಲಿಂಗದಲ್ಲಿ ಸದಾಕಾಲವೂ ನೀರು ಜಿನುಗುತ್ತಿರುತ್ತದೆ ಎಂಬುದು ಈ ದೇವಾಲಯದ ವಿಶೇಷತೆ. ವೇದಾವತಿ ನದಿಯ ಸುಂದರ ದಂಡೆಯ ಮೇಲೆ ವಿಶಾಲ ಪ್ರಾಕಾರದಲ್ಲಿ ನಕ್ಷತ್ರಾಕಾರದಲ್ಲಿ ನಿರ್ಮಿತವಾಗಿರುವ ಈ ದೇವಾಲಯ ತನ್ನ ಸುತ್ತಲ ಪರಿಸರ, ಸುಂದರ ವಾಸ್ತುಶಿಲ್ಪ ಹಾಗು ಕ್ಷೇತ್ರಮಹಿಮೆಯಿಂದ ಬಹಳ ಪ್ರಸಿದ್ಧ ಪುಣ್ಯಕ್ಷೇತ್ರವಾಗಿ ಮಾರ್ಪಟ್ಟಿದೆ.

ಪುರಾತನ ದೇವಾಲಯವೆಂದ ಮೇಲೆ ಅದಕ್ಕೆ ತನ್ನದೇ ಆದ ಪೌರಾಣಿಕ ಹಿನ್ನಲೆ ಇರಲೇಬೇಕಲ್ಲವೇ? ಹೌದು. ಈ ದೇವಾಲಯ ನಿರ್ಮಾಣದ ಹಿಂದೆಯೂ ಒಂದು ವಿಶೇಷ ಹಿನ್ನಲೆಯಿದೆ. ಬಹಳ ವರ್ಷಗಳ ಹಿಂದೆ ವೇದಾವತಿ ನದಿಯ ದಂಡೆಯಲ್ಲಿ ವಾಸವಾಗಿದ್ದ ವೀರಶೆಟ್ಟಿ ಎಂಬುವರ ಬಳಿ ಅನೇಕ ಹಸುಗಳಿದ್ದವು.

ಅವುಗಳ ಪೈಕಿ ಅವರ ಪ್ರೀತಿಪಾತ್ರವಾದ ಕಪಿಲೆ ಎಂಬ ಹಸು ಇದ್ದಕ್ಕಿದ್ದಂತೆ ಹಾಲು ಕೊಡುವುದನ್ನು ಸಂಪೂರ್ಣ ನಿಲ್ಲಿಸಿಬಿಟ್ಟಿತು. ಪ್ರತಿದಿನ ಹಾಲು ಕರೆಯುವಾಗಲೂ ಹಸುವಿನ ಕೆಚ್ಚಲಿಂದ ಹಾಲು ಬರದಂತಾಗಲು, ವೀರಶೆಟ್ಟಿ ಬಹಳ ಚಿಂತಿತನಾದನು. ಏನಾದರಾಗಲಿ ಇದರ ಕಾರಣವನ್ನು ಹುಡುಕಲೇಬೇಕೆಂದು ಹಸುವನ್ನು ಮೇಯಲು ಬಿಟ್ಟು, ಅದರ ಹಿಂದೆಯೇ ಹೋದನು. ವೇದಾವತಿ ನದಿಯ ದಡದ ಬಳಿಯಿದ್ದ ಹುತ್ತವೊಂದರ ಬಳಿಗೆ ಬಂದ ಹಸು ಹುತ್ತದ ಒಳಗಡೆಗೆ ಹಾಲನ್ನು ಕರೆಯಹತ್ತಿತು. ತಕ್ಷಣ ಆ ಹುತ್ತದ ಬಳಿ ಬಂದ ವೀರಶೆಟ್ಟಿಯು ಹುತ್ತವನ್ನು ಅಗೆಯಲು ಅಲ್ಲಿ ದೊಡ್ಡ ಸರ್ಪವೊಂದು ಕಾಣಿಸಿತು. ಅಂದಿನ ರಾತ್ರಿ ವೀರಶೆಟ್ಟಿಯ ಸ್ವಪ್ನದಲ್ಲಿ ಈಶ್ವರನು ಬಂದು, ಆ ಹುತ್ತವಿದ್ದ ಜಾಗದಲ್ಲಿ ತಾನು ಉದ್ಭವನಾಗಿರುವುದಾಗಿಯೂ, ಅಲ್ಲಿ ದೇವಾಲಯವೊಂದನ್ನು ಕಟ್ಟುವಂತೆಯೂ ಆಶೀರ್ವದಿಸಿ ಅಂತರ್ಧಾನನಾದನು. ಅದರಂತೆ ವೀರಶೆಟ್ಟಿಯು 1019 ರಲ್ಲಿ ಈ ದೇವಾಲಯವನ್ನು ಕಟ್ಟಿಸಿದನೆಂಬುದು ಪೌರಾಣಿಕ ಐತಿಹ್ಯ. ನಂತರ ಹೊಯ್ಸಳ ದೊರೆಗಳಾದ ಹರಿಹರ ಸೋಮೇಶ್ವರರು ಸಂತಾನವನ್ನು ನೀಡುವಂತೆ ಈ ಶಿವನಲ್ಲಿ ಹರಕೆಹೊತ್ತು, ಶಿವನ ಅನುಗ್ರಹದಿಂದ ಸಂತಾನವಾದ್ದರಿಂದ ಈ ದೇವಾಲಯವನ್ನು ಇನ್ನಷ್ಟು ಜೀರ್ಣೋದ್ಧಾರ ಮಾಡಿದ್ದಾರೆ.

ಪ್ರತಿವರ್ಷ ಫಾಲ್ಗುಣ ಮಾಸದ ಶುದ್ಧ ಮಘ ನಕ್ಷವಿರುವ ಸಮಯದಲ್ಲಿ ಇಲ್ಲಿ ಭವ್ಯ ರಥೋತ್ಸವ ನಡೆಯುತ್ತದೆ. ಈ ಸಮಯದಲ್ಲಿ ಇಲ್ಲಿ ಗಂಗೋದ್ಭವ ಆಗುತ್ತದೆ ಎಂಬುದು ನಂಬಿಕೆ. ರಥೋತ್ಸವದ ವೈಭವವನ್ನು ಸವಿಯಲೆಂದೇ ಸಾವಿರಾರು ಜನರು ಇಲ್ಲಿಗೆ ಬರುತ್ತಾರೆ. ಗಿರಿಜಾ ಕಲ್ಯಾಣ, ಅಂಕುರಾರ್ಪಣೆ, ವೃಷಭೋತ್ಸವ ಸೇರಿದಂತೆ ಅನೇಕ ಉತ್ಸವಗಳು ಜರುಗುತ್ತವೆ. ದೇಗುಲದ ಒಳ ಪ್ರಾಕಾರದಲ್ಲಿ ಗಣಪತಿ, ಚೌಡೇಶ್ವರಿ, ನಾಗಪ್ಪ, ಅಂತರಘಟ್ಟಮ್ಮ ಆಲಯಗಳಿವೆ. ದೇವಾಲಯದ ಮುಂದೆ ಸುಮಾರು 25 ಅಡಿ ಎತ್ತರದ ಧ್ಯಾನಶಿವನ ಕೆತ್ತನೆ ನೋಡುಗರನ್ನು ಆಕರ್ಷಿಸುತ್ತಿದೆ. ಭಕ್ತರ ಇಷ್ಟಾರ್ಥಗಳನ್ನು ಅದರಲ್ಲೂ ವಿಶೇಷವಾಗಿ ಸಂತಾನಭಾಗ್ಯವನ್ನು ಬೇಡಿಕೊಂಡವರ ಕೋರಿಕೆಯನ್ನು ಮಲ್ಲಿಕಾರ್ಜುನ ಸ್ವಾಮಿ ಈಡೇರಿಸುತ್ತಾನೆಂಬುದು ಭಕ್ತರ ನಂಬಿಕೆ.

ದೇವಾಲಯದಿಂದ ಪ್ರತಿದಿನ ಅನ್ನದಾಸೋಹ ನಡೆಯುತ್ತದೆ. ಕಡೂರಿನಿಂದ ಸುಮಾರು 20 ಕಿ.ಮೀ. ದೂರವಿರುವ ಪುರಕ್ಕೆ ಸಾಕಷ್ಟು ಸರ್ಕಾರೀ ಹಾಗು ಖಾಸಗಿ ಬಸ್ಸುಗಳ ಸೌಕರ್ಯವಿದೆ. ಕೇವಲ 20 ಕಿ.ಮೀ. ದೂರದಲ್ಲಿ ರೈಲ್ವೆ ನಿಲ್ದಾಣವಿದ್ದು ರಾಜ್ಯದ ಎಲ್ಲಾ ಭಾಗಗಳಿಂದಲೂ ಸಾಕಷ್ಟು ರೈಲುಗಳು ಬೀರೂರಿಗೆ ಸಂಚರಿಸುತ್ತವೆ.

7

ಗೊರವನಹಳ್ಳಿ ಮಹಾಲಕ್ಷ್ಮಿ ದೇವಾಲಯ

ಗೊರವನಹಳ್ಳಿ, ತುಮಕೂರು ಜಿಲ್ಲೆ

ತುಮಕೂರು ಜಿಲ್ಲೆಯ ಪ್ರಸಿದ್ಧ ದೇವಾಲಯಗಳಲ್ಲಿ ಗೊರವನಹಳ್ಳಿಗೆ ಪ್ರಮುಖ ಸ್ಥಾನ. ಜಯಮಂಗಲಿ ನದಿಗೆ ಕಟ್ಟಲಾಗಿರುವ ತೀತ ಅಣೆಕಟ್ಟಿನ ಸನಿಹದಲ್ಲೇ ಕೋಟ್ಯಂತರ ಭಕ್ತರ ಇಷ್ಟಾರ್ಥ ಪೂರೈಸುತ್ತಾ ಉದ್ಭವ ಮೂರ್ತಿ ರೂಪದಲ್ಲಿ ಗೊರವನಹಳ್ಳಿಯಲ್ಲಿ ನೆಲೆಗೊಂಡಿದ್ದಾಳೆ ಶ್ರೀ ಮಹಾಲಕ್ಷ್ಮಿ. ತುಂಬಾ ವರ್ಷಗಳ ಹಿಂದೆ ಅಕ್ಕಮ್ಮ ಮತ್ತು ಆಕೆಯ ಮಗ ಅಬ್ಬಯ್ಯ ಎಂಬುವವರು ಇಲ್ಲಿನ ಗುಡಿಸಲಿನಲ್ಲಿ ವಾಸಿಸುತ್ತಿದ್ದರು. ದನಗಳನ್ನು ಮೇಯಿಸಿ ಸಂಜೆ ಮನೆಗೆ ಹಿಂದಿರುಗುವ ಸಮಯದಲ್ಲಿ ಕೈ ಕಾಲು ತೊಳೆಯಲೆಂದು ಅಬ್ಬಯ್ಯನವರು ಕೆರೆಗೆ ಇಳಿದಾಗ "ನನ್ನನ್ನು ನಿಮ್ಮ ಮನೆಗೆ ಕರೆದುಕೊಂಡು ಹೋಗು" ಎಂಬ ಹೆಣ್ಣಿನ ದನಿ ಆ ಕೆರೆಯ ಒಳಗಿಂದ ಕೇಳಿಸಿತು. ಇದು ಭ್ರಮೆ ಎಂದು ಬಗೆದು ಅಬ್ಬಯ್ಯ ಮನೆಗೆ ಬಂದರು. ಆದರೆ ಇವರು ಪ್ರತಿದಿನ ಕೆರೆಯ ಬಳಿ ಹೋದಾಗಲೂ ಹೆಣ್ಣಿನ ಆ ದನಿ ಮತ್ತೆ ಮತ್ತೆ ಕೇಳಲು ಭಯಗೊಂಡು ಮನೆಗೆ ಬಂದು ತನ್ನ ತಾಯಿಯ ಬಳಿ ಹೇಳಿದರು. "ದೆವ್ವವಾದರೆ ಬೇಡ, ದೇವತೆಯಾದರೆ ಕರೆದುತಾ" ಎಂಬ ತಾಯಿಯ ಮಾತಿನಂತೆ ಕೆರೆಯ ಬಳಿ ಹೋಗಿ, ಮತ್ತೆ ಆ ಹೆಣ್ಣಿನ ಧ್ವನಿ ಕೇಳಿ ಬಂದಾಗ, "ದೇವತೆಯಾಗಿ ಬರುವುದಾದರೆ ಬಾ" ಎಂದು ಹೇಳಿ, ಹೆಗಲ ಮೇಲಿದ್ದ ಟವೆಲ್ ಅನ್ನು ನೆಲದ ಮೇಲೆ ಹಾಸಲು, ಶಂಖ ಚಕ್ರ ಶೋಭಿತ ಶಿಲೆಯೊಂದು ಆ ಟವೆಲ್ ಮೇಲಿತ್ತು. ಬಹಳ ಭಕ್ತಿಯಿಂದ ಅದನ್ನು ಮನೆಗೆ ತಂದು ಪೂಜಿಸುತ್ತಿರಲು

ಅಬ್ಬಯ್ಯನವರಿಗೆ ಬಹಳ ಸಂಪತ್ತು ಕೂಡಿ ಬಂತು. ಪ್ರತಿದಿನ ಲಕ್ಷ್ಮಿಗೆ ಹಾಲಿನ ಅಭಿಷೇಕ ಮಾಡುತ್ತಿರಲು, ಸಮೀಪದ ಮರದಲ್ಲಿ ವಾಸವಿದ್ದ ಸರ್ಪವೊಂದು ದಿನಾಲು ಬಂದು ಆ ಹಾಲನ್ನು ಕುಡಿಯುತ್ತಿತ್ತು. ಅಬ್ಬಯ್ಯನವರ ಮರಣಾನಂತರ ಮನೆ ನೋಡಿಕೊಳ್ಳುತ್ತಿದ್ದ ತೋಂಟದಪ್ಪನು ಎಳನೀರು ಮತ್ತು ಮಣ್ಣಿನಿಂದ ದೇವಾಲಯವನ್ನು ಕಟ್ಟಿಸಿ ಮನೆಯಲ್ಲಿದ್ದ ಲಕ್ಷ್ಮಿಯನ್ನು ದೇವಾಲಯದಲ್ಲಿ ಪ್ರತಿಷ್ಠಾಪಿಸಿದರು.

ಮಧುಗಿರಿ ತಾಲೂಕಿನ ಕೊಡಿಗೇನಹಳ್ಳಿಯ ಕಮಲಮ್ಮನವರು ಗೊರವನಹಳ್ಳಿಯ ಶಾನುಭೋಗ ಸುಬ್ಬರಾಯದ ಪತ್ನಿಯಾಗಿ ಆ ಊರಿಗೆ ಬಂದು ಪ್ರತಿದಿನವೂ ಲಕ್ಷ್ಮಿಯನ್ನು ಪೂಜಿಸುತ್ತಿದ್ದರು. ಗೊರವನಹಳ್ಳಿಯೆಂಬ ಸಣ್ಣ ಹಳ್ಳಿ ದೇಶಾದ್ಯಂತ ಭಕ್ತಾದಿಗಳ ಗಮನ ಸೆಳೆದದ್ದೇ ಕಮಲಮ್ಮನವರ ಸೇವೆಯಿಂದ. ಕಮಲಮ್ಮನವರ ಮರಣಾನಂತರ ಅವರ ಪುತ್ರ ಪ್ರಸನ್ನರವರು ಲಕ್ಷ್ಮೀದೇವಿಯ ಸೇವೆ ಮಾಡುತ್ತಿದ್ದಾರೆ.

ಲಕ್ಷ್ಮಿ ದೇವಾಲಯದ ಪಕ್ಕದಲ್ಲೇ "ಮಂಚಾಲೆ ನಾಗಪ್ಪ" ನೆಂಬ ಹುತ್ತ ಇದೆ. ಲಕ್ಷ್ಮಿಯನ್ನು ಪೂಜಿಸುವಷ್ಟೇ ಭಕ್ತಿಯಿಂದ ಈ ಹುತ್ತವನ್ನೂ ಪೂಜಿಸುತ್ತಾರೆ. ಹೀಗೆ ಭಕ್ತಾದಿಗಳಿಗೆ ಬೇಡಿದ್ದನ್ನು ಕೊಡುವ ಲಕ್ಷ್ಮಿಯಾಗಿ ಆ ತಾಯಿ ಇಲ್ಲಿ ನೆಲೆನಿಂತಿದ್ದಾಳೆ.

ಮಾರ್ಗ: ತುಮಕೂರಿನಿಂದ ಗೊರವನಹಳ್ಳಿಗೆ ಸುಮಾರು 30 ಕಿಮೀ. ಉತ್ತಮ ರಸ್ತೆ ಮಾರ್ಗ ಹಾಗು ಬಸ್ ಸಂಚಾರ ವ್ಯವಸ್ಥೆಯಿದ್ದು ಪ್ರತಿದಿನ ಸಾವಿರಾರು ಜನರು ಸ್ವಂತ ವಾಹನಗಳಲ್ಲಿ ಹಾಗು ಬಸ್ ಮೂಲಕ ಬಂದು ತಾಯಿಯ ದರ್ಶನ ಪಡೆಯುತ್ತಾರೆ. ಉಚಿತ ಸಾಮೂಹಿಕ ವಿವಾಹ, ಊಟದ ವ್ಯವಸ್ಥೆ, ಕಲ್ಯಾಣ ಮಂಟಪ ವ್ಯವಸ್ಥೆ ಎಲ್ಲವೂ ಇಲ್ಲಿದೆ.

8

ದಕ್ಷಿಣ ಕಾಶಿ ಮಹಾಕೂಟೇಶ್ವರ ದೇವಾಲಯ

ಮಹಾಕೂಟ, ಬಾಗಲಕೋಟೆ ಜಿಲ್ಲೆ

ಬಾಗಲಕೋಟೆ ಜಿಲ್ಲೆಯ, ಬಾದಾಮಿಯ ಸಮೀಪವಿರುವ ಶೈವರ ಪವಿತ್ರ ಕ್ಷೇತ್ರವಾದ ಮಹಾಕೂಟ 'ದಕ್ಷಿಣಕಾಶಿ' ಎಂದೇ ಪ್ರಸಿದ್ಧಿಯಾಗಿದ್ದು, ಶಿವನ ಅನೇಕ ದೇವಾಲಯಗಳು ಇಲ್ಲಿವೆ. ಶಿವಾಲಯಗಳ ಕೂಟವಾಗಿರುವುದರಿಂದ ಇದಕ್ಕೆ 'ಮಹಾಕೂಟ' ಎಂದು ಹೆಸರು ಬಂದಿದೆ. ಮಹಾಕೂಟೇಶ್ವರ, ಮಲ್ಲಿಕಾರ್ಜುನ ಸ್ವಾಮಿ, ಅಗಸ್ತೇಶ್ವರ, ವೀರಭದ್ರೇಶ್ವರ, ಸಂಗಮೇಶ್ವರ ಸೇರಿದಂತೆ ವಿವಿಧ ರೀತಿಯ ಶಿವನ ದೇವಾಲಯಗಳು ಹಾಗು ಶಿವಲಿಂಗಗಳು ಇಲ್ಲಿವೆ.

ಸುಮಾರು 6 ಅಥವಾ 7 ನೇ ಶತಮಾನದ ಕಾಲದಲ್ಲಿ ಬಾದಾಮಿಯ ಚಾಲುಕ್ಯ ಮನೆತನದ ಕಾಲದಲ್ಲಿ ಈ ದೇವಾಲಯಗಳನ್ನು ನಿರ್ಮಿಸಲಾದವೆಂದು ಹೇಳಲಾಗುತ್ತಿದೆ. ಬಾದಾಮಿಯ ಅರಸರು ಯುದ್ಧದಲ್ಲಿ ಜಯಗಳಿಸಿದ್ದರಿಂದಾಗಿ ಶಿವನಿಗೆ ಕೃತಜ್ಞತೆ ಸಲ್ಲಿಸಲು ಈ ದೇವಾಲಯಗಳನ್ನು ನಿರ್ಮಿಸಿ, ಶಿವಲಿಂಗಗಳನ್ನು ಪ್ರತಿಷ್ಠಾಪಿಸಿ ಶಿವನ ಸೇವೆಗೆ ಅರ್ಪಿಸಿದರು ಎಂಬುದು ಇತಿಹಾಸದಿಂದ ತಿಳಿದುಬರುತ್ತದೆ. ಅರಸರು ನಿರ್ಮಿಸಿದ್ದ ವಿಜಯಸ್ಥಂಭ ಈಗ ಬಿಜಾಪುರದ ವಸ್ತುಸಂಗ್ರಹಾಲಯದಲ್ಲಿದೆ.

ಮಹಾಕೂಟೇಶ್ವರ ಹಾಗೂ ಮಲ್ಲಿಕಾರ್ಜುನ ಸ್ವಾಮಿ ದೇವಾಲಯಗಳು ಇಲ್ಲಿನ ಪ್ರಸಿದ್ಧ ದೇವಾಲಯಗಳು. ಈ ಎರಡೂ ದ್ರಾವಿಡ ಶೈಲಿಗಳ ದೇವಾಲಯಗಳ ನಿರ್ಮಾಣ ಶೈಲಿ ಬಹುತೇಕ ಒಂದೇ ರೀತಿಯಲ್ಲಿದ್ದು, ಒಂದೇ ಕಾಲಘಟ್ಟದಲ್ಲಿ ನಿರ್ಮಾಣವಾಗಿರಬಹುದೆಂದು ನಂಬಲಾಗಿದೆ. ಶಾಸನವೊಂದರ ಪ್ರಕಾರ ಇಲ್ಲಿನ ಈಶ್ವರನನ್ನು ಮುಕುಟೇಶ್ವರನಾಥನೆಂದು ಕರೆಯಲಾಗುತ್ತಿತ್ತೆಂದು ತಿಳಿದುಬರುತ್ತದೆ. ಕಾಲಕ್ರಮೇಣ ಮುಕುಟೇಶ್ವರನು ಮಾಕೂಟೇಶ್ವರನಾಗಿ ನಂತರ ಜನರ ಬಾಯಲ್ಲಿ ಮಹಾಕೂಟೇಶ್ವರನಾದನೆಂದು ತಿಳಿದು ಬರುತ್ತದೆ. ಮಹಾಕೂಟೇಶ್ವರನಿಂದಾಗಿಯೇ ಇದಕ್ಕೆ ಮಹಾಕೂಟ ಹೆಸರು ಬಂದಿದ್ದು ಎಂದೂ ಸಹ ತಿಳಿದುಬರುತ್ತದೆ. ಈ ದೇವಾಲಯದ ಆವರಣದಲ್ಲಿ ಪವಿತ್ರ ಪುಷ್ಕರಣಿಯಿಂದಿದೆ. "ವಿಷ್ಣು ಪುಷ್ಕರಣಿ" ಎಂದು ಕರೆಯಲ್ಪಡುವ ಈ ಪುಷ್ಕರಿಣಿಯ ನೀರು ಎಂದಿಗೂ ಬತ್ತದೆ, ತುಸು ಹೆಚ್ಚೂ ಆಗದೆ, ತುಸು ಕಡಿಮೆಯೂ ಆಗದೆ ಸದಾ ಕಾಲ ಇದ್ದಷ್ಟೇ ಇರುತ್ತದೆ ಹಾಗು ಅನೇಕ ಪಾಪಗಳನ್ನು ನಿವಾರಣೆ ಮಾಡುತ್ತದೆಂದು ಭಕ್ತಾದಿಗಳ ನಂಬಿಕೆ. ಈ ಪುಷ್ಕರಣಿಯ ಒಳಗೆ ಈಶ್ವರನ ಲಿಂಗವೊಂದಿದೆ. ಇಲ್ಲಿರುವ ಇನ್ನೊಂದು ಪಂಚಮುಖ ಅಥವಾ ಚತುರ್ಮುಖ ಲಿಂಗವನ್ನು ಅಗಸ್ತ್ಯ ಮುನಿಗಳು ಪ್ರತಿಸ್ಥಾಪಿದ್ದರೆಂದು ಹೇಳಲಾಗುತ್ತದೆ. ಪುರಾಣದ ಕತೆಗಳ ಪ್ರಕಾರ ಇಲ್ವಲ ಮತ್ತು ವಾತಾಪಿಯನ್ನು ಅಗಸ್ತ್ಯರು ಸಂಹಾರ ಮಾಡಿದ್ದು ಇಲ್ಲೇ ಎಂಬುದು ನಂಬಿಕೆ. ವರ್ಷಕ್ಕೊಮ್ಮೆ ಮಹಾಕೂಟ ಕ್ಷೇತ್ರದಲ್ಲಿ ನಡೆಯುವ ಹೂವಿನ ಮಹೋತ್ಸವ ಹಾಗು ಶಿವರಾತ್ರಿ ಸಮಯದಲ್ಲಿ ನಡೆಯುವ ವಿಶೇಷ ಸೇವೆಗಳು ಮತ್ತು ಉತ್ಸವಗಳನ್ನು ನೋಡಲು ಸಾವಿರಾರು ಭಕ್ತಾದಿಗಳು ಇಲ್ಲಿಗೆ ಬರುತ್ತಾರೆ.

ವಿಷ್ಣು, ಸರಸ್ವತಿ, ಭೂವರಾಹ, ನಂದಿ ಸೇರಿದಂತೆ ಅನೇಕ ಶಿವಲಿಂಗಗಳ ಕೆತ್ತನೆಯ ಸೌಂದರ್ಯವನ್ನು ನೋಡಿಯೇ ಸವಿಯಬೇಕು. ಇಲ್ಲಿಗೆ ಸಮೀಪದಲ್ಲಿಯೇ ಬನಶಂಕರಿ, ಶಿವಯೋಗಿ ಮಂದಿರ, ಬಾದಾಮಿಗಳಿದ್ದು, ವಾರಾಂತ್ಯ ಪ್ರವಾಸಕ್ಕೆ ಹೇಳಿ ಮಾಡಿಸಿದ ಜಾಗ. ಮಹಾಕೂಟವು ಬಾಗಲಕೋಟೆಯಿಂದ 40 ಕಿ.ಮೀ, ಬಾದಾಮಿಯಿಂದ ಸರಿಸುಮಾರು 10 ಕಿ.ಮೀ. ದೂರದಲ್ಲಿದ್ದು, ಸಾಕಷ್ಟು ಬಸ್ ಸೌಕರ್ಯವಿದೆ. ಬಾದಾಮಿಗೆ ಬೆಂಗಳೂರು ಸೇರಿದಂತೆ ಇತರ ನಗರಗಳಿಂದ ರೈಲುಸಂಪರ್ಕವೂ ಇದೆ. ಮಹಾಕೂಟ ಸಮೀಪದ ಶಿವಯೋಗಿಮಂದಿರದಲ್ಲಿ ಪ್ರತಿದಿನ ಭಕ್ತಾದಿಗಳಿಗೆ ಅನ್ನಸಂತರ್ಪಣೆ ವ್ಯವಸ್ಥೆ ಇದೆ.

9
ಕಮಂಡಲ ಗಣಪತಿ, ಕೊಪ್ಪ, ಚಿಕ್ಕಮಗಳೂರು

ಕೊಪ್ಪ, ಚಿಕ್ಕಮಗಳೂರು ಜಿಲ್ಲೆ

ಮೊನ್ನೆಯಷ್ಟೇ ನಾವು ವಿಘ್ನಗಳನ್ನು ನಿವಾರಿಸುವ ಗಣೇಶನ ಹಬ್ಬವನ್ನು ಸಡಗರದಿಂದ ಆಚರಿಸಿದ್ದೇವೆ. ಈ ಸಂದರ್ಭದಲ್ಲಿ ಕರ್ನಾಟಕದ ಪ್ರಸಿದ್ಧ ವಿಘ್ನ ನಿವಾರಕ ವಿನಾಯಕ ದೇವಾಲಯಗಳ ಪೈಕಿ ಒಂದಾದ "ಕಮಂಡಲ ಗಣಪತಿ" ದರ್ಶನವನ್ನು ಮಾಡೋಣ ಬನ್ನಿ.

ಧರ್ಮಸ್ಥಳ ,ಶೃಂಗೇರಿ, ಹೊರನಾಡು - ಇವೆಲ್ಲಾ ನಮಗೆ ಚಿರಪರಿಚಿತ ಸ್ಥಳಗಳು. ಎಷ್ಟೋ ಜನ ಭಕ್ತಾದಿಗಳು ವರ್ಷಕ್ಕೆ ಒಮ್ಮೆಯಾದರೂ ಈ ದೇವಾಲಯಗಳಿಗೆ ಭೇಟಿ ಕೊಡುವುದು ಸಾಮಾನ್ಯ. ಮುಂದಿನ ಬಾರಿ ನೀವು ಶೃಂಗೇರಿಗೆ ಹೋದಾಗ ತಪ್ಪದೇ ಕಮಂಡಲ ಗಣಪತಿಯನ್ನು ನೋಡಿಕೊಂಡು ಬನ್ನಿ. ಶೃಂಗೇರಿಯಿಂದ ಕೇವಲ ಕೆಲವೇ ಕಿಲೋ ಮೀಟರುಗಳ ದೂರದಲ್ಲಿ ಇರುವ ಈ ಕಮಂಡಲ ಗಣಪತಿಯು ಶನಿಕಾಟವನ್ನು ನಿವಾರಿಸುತ್ತಾನೆ ಎಂಬುದು ನಂಬಿಕೆ. ಪುರಾಣದ ಪ್ರಕಾರ ಜಗನ್ಮಾತೆಯಾದ ಪಾರ್ವತಿದೇವಿಗೆ ಶನಿಕಾಟ ಶುರುವಾಗಲು ಶನಿಕಾಟದಿಂದ ತಪ್ಪಿಸಿಕೊಳ್ಳಲು, ದೇವತೆಗಳ ಸಲಹೆಯಂತೆ ಭೂಲೋಕಕ್ಕೆ ಬಂದು ಮೃಗವಧೆ ಎಂಬ ಸ್ಥಳದಲ್ಲಿ ಶನಿದೇವರನ್ನು ಕುರಿತು ತಪಸ್ಸನ್ನು ಆಚರಿಸುತ್ತಾಳೆ. ಹಾ! ಅಂದಹಾಗೆ ರಾಮಾಯಣದಲ್ಲಿ ಮಾಯಾ ಜಿಂಕೆಯಾಗಿ ಬಂದ ಮಾರೀಚನನ್ನು ಶ್ರೀರಾಮನು ಕೊಂದಿದ್ದು ಇದೇ ಜಾಗದಲ್ಲಿ. ಹಾಗಾಗಿ ಇದಕ್ಕೆ ಮೃಗವಧೆ ಎಂದು ಹೆಸರು ಬಂದಿದೆ ಎಂದೂ ಕೆಲವರು ಹೇಳುತ್ತಾರೆ. ಈ

ಜಾಗದಲ್ಲಿ ಪಾರ್ವತಿಯು ತಪಸ್ಸನ್ನು ಆಚರಿಸಿದ ನಂತರ ಸ್ವಲ್ಪ ದೂರವಿರುವ ಇನ್ನೊಂದು ಜಾಗಕ್ಕೆ ಬಂದು ಅಲ್ಲಿ ಗಣೇಶನ ಪ್ರತಿಮೆಗೆ ಪೂಜೆ ಮಾಡಲು ಪ್ರಾರಂಭಿಸುತ್ತಾಳೆ. ಆದರೆ ಗಣೇಶನ ಅಭಿಷೇಕಕ್ಕೆ ಸನಿಹದಲ್ಲಿ ಎಲ್ಲಿಯೂ ನೀರು ಸಿಗದಿರಲು, ಬ್ರಹ್ಮನನ್ನು ಕುರಿತು ಬೇಡಿಕೊಳ್ಳುತ್ತಾಳೆ. ಆಗ ಪಾರ್ವತಿದೇವಿಗೆ ಪ್ರತ್ಯಕ್ಷನಾದ ಬ್ರಹ್ಮನು ಈ ಕಮಂಡಲವನ್ನು ಸೃಷ್ಟಿಸುತ್ತಾನೆ. ಆಗ ಇದರಿಂದ ನೀರು ಹರಿದು ಬರುತ್ತದೆ. ಆ ನೀರಿನಿಂದ ಪಾರ್ವತಿಯು ಗಣೇಶನ ಪೂಜೆಯನ್ನು ನೆರವೇರಿಸುತ್ತಾಳೆ. ಮುಂದೆ ಇದೇ ನೀರು ಹರಿದು ನದಿಯಾಗಿ ರೂಪುಗೊಳ್ಳುತ್ತದೆ. ಬ್ರಹ್ಮನಿಂದ ಸೃಷ್ಟಿಯಾದ್ದರಿಂದ ಈ ನದಿಗೆ ಬ್ರಾಹ್ಮಿ ನದಿ ಎಂದು ಹೆಸರು. ಈರೀತಿ ಬ್ರಹ್ಮನಿಂದ ಸೃಷ್ಟಿಯಾಗಿ, ಸ್ವತಃ ಪಾರ್ವತಿದೇವಿಯಿಂದ ಗಣಪತಿಗೆ ಅಭಿಷೇಕ ಗೊಂಡ ಪವಿತ್ರ ನೀರು ಇದು. ಅಷ್ಟೇ ಅಲ್ಲದೆ ಪಾರ್ವತಿಯ ಸೇವೆಗೆ ಮೆಚ್ಚಿದ ಶನಿಮಹಾತ್ಮನು ಈ ನೀರಿನಲ್ಲಿ ಮಿಂದು ಭಕ್ತಿಯಿಂದ ಗಣೇಶನನ್ನು ಆರಾಧಿಸಿದರೆ ಅವರಿಗೆ ಶನಿಕಾಟವು ಬಾಧಿಸುವುದಿಲ್ಲ ಎಂದು ಆಶೀರ್ವದಿಸಿದರು. ಹಾಗಾಗಿ ಈ ನೀರಿನಲ್ಲಿ ಮಿಂದವರ ಶನಿದೋಷವು ಪರಿಹಾರವಾಗುತ್ತದೆ ಎಂದು ಭಕ್ತರ ನಂಬಿಕೆ.

ನಿಂತಿರುವ, ಕೂತಿರುವ ಭಂಗಿಗಳಲ್ಲಿರುವ ಗಣೇಶನನ್ನು ನಾವು ನೋಡಿರುತ್ತೇವೆ. ಆದರೆ ಇಲ್ಲಿನ ಗಣೇಶ ಚಕ್ಕಳಮಕ್ಕಳ ಹಾಕಿಕೊಂಡು ಕೂತಿದ್ದಾನೆ. ಈ ರೀತಿಯ ಗಣೇಶ ಪ್ರತಿಮೆ ಬೇರೆಲ್ಲೂ ಕಾಣಸಿಗದು ಎಂಬುದು ಇಲ್ಲಿನ ವಿಶೇಷ. ಇನ್ನೊಂದು ವಿಶೇಷವೆಂದರೆ ಬ್ರಹ್ಮನಿಂದ ಸೃಷ್ಟಿಯಾದ ಕಮಲದ ಆಕಾರದ ಕಮಂಡಲದಲ್ಲಿನ ಈ ನೀರು ವರ್ಷದ 365 ದಿನವೂ ಎಂದಿಗೂ ಬತ್ತದೇ, ಸದಾಕಾಲ ಉಕ್ಕುತ್ತಲೇ ಇರುತ್ತದೆ.

ಶೃಂಗೇರಿಯ ಸನಿಹದಲ್ಲೇ ಇರುವುದರಿಂದ, ಇಲ್ಲಿಗೆ ಹೋಗುವ ಬಗ್ಗೆ ಹೆಚ್ಚಿನ ವಿವರಣೆ ಬೇಕಿಲ್ಲ. ಸ್ವಂತ ವಾಹನವಿದ್ದರೆ ಬೆಳಿಗಿನ ಜಾವ ಶೃಂಗೇರಿಯಿಂದ ಹೊರಟು, ಇಲ್ಲಿಗೆ ಭೇಟಿಕೊಟ್ಟು, ಗಣೇಶನ ಸೇವೆ ಮಾಡಿಕೊಂಡು, ಮಧ್ಯಾಹ್ನದವರೆಗೆ ಮತ್ತೆ ಶೃಂಗೇರಿಗೆ ಹಿಂದುರಿಗಿ ಬರಬಹುದು. ಅದರಲ್ಲೂ ವಿಶೇಷವಾಗಿ ಜಾತಕದೋಷ, ಶನಿಕಾಟ ಇರುವವರು ಇಲ್ಲಿಗೆ ತಪ್ಪದೆ ಭೇಟಿ ನೀಡಿ, ಸೇವೆ ಮಾಡಿದರೆ, ಅವರ ಶನಿಕಾಟವು ನಿವಾರಣೆಯಾಗುವುದು.

10

ಶೀಬಿ ನರಸಿಂಹ ದೇವಾಲಯ

ಶೀಬಿ, ತುಮಕೂರು ಜಿಲ್ಲೆ

ಬ್ರಹ್ಮದೇವರು ಕೊಟ್ಟ ವರಬಲದಿಂದ ಮತ್ತಷ್ಟು ಶಕ್ತಿಶಾಲಿಯಾಗಿ ಹರಿದ್ವೇಷವನ್ನು ಮಾಡುತ್ತಾ, ಋಷಿಮುನಿಗಳ ಧರ್ಮಕಾರ್ಯಕ್ಕೆ ಅಡ್ಡಿಪಡಿಸುತ್ತಿದ್ದ ಹಿರಣ್ಯಕಶಿಪುವಿನ ಕತೆ ನಮಗೆಲ್ಲಾ ಗೊತ್ತು. ಹಿರಣ್ಯಕಶಿಪುವಿನ ಮಗ ಪ್ರಹ್ಲಾದನಿಗೆ ಹರಿಯಲ್ಲಿ ಅಪರಿಮಿತ ಭಕ್ತಿ. ಎಲ್ಲಿದ್ದಾನೆ ಹರಿ? ಎಂದು ಕೇಳಿದ ತಂದೆಗೆ ಕಂಬದಲ್ಲಿಯೇ ಹರಿಯನ್ನು ತೋರಿಸುತ್ತಾನೆ ಪ್ರಹ್ಲಾದ. ನರಸಿಂಹ ರೂಪಿಯಾಗಿ ಕಂಬದಿಂದ ಬಂದ ನರಸಿಂಹ ಹಿರಣ್ಯಕಶಿಪುವನ್ನು ಅರಮನೆಯ ಹೊಸ್ತಿಲ ಮೇಲೆ ಮಲಗಿಸಿ, ತನ್ನ ಉಗುರನ್ನೇ ಆಯುಧವನ್ನಾಗಿ ಮಾಡಿಕೊಂಡು ಅವನ ಸಂಹಾರವನ್ನು ಮಾಡುತ್ತಾನೆ. ನರಸಿಂಹನ ಆ ರೌದ್ರಾವತಾರವನ್ನು ಸಹಿಸಿಕೊಳ್ಳಲಾರದೇ ದೇವತೆಗಳೆಲ್ಲಾ ಭಯಭೀತರಾಗುತ್ತಾರೆ. ತುಮಕೂರಿನ ಬಳಿಯ ದಟ್ಟ ಕಾಡೊಂಡದರಲ್ಲಿ ಆಶ್ರಮವನ್ನು ಕಟ್ಟಿಕೊಂಡು ವಾಸವಾಗಿದ್ದ ಶೀಬಿ ಎಂಬ ಮಹಾಮುನಿಗಳು ನರಸಿಂಹನನ್ನು ಸ್ತೋತ್ರ ಮಾಡುತ್ತಾರೆ. ಶೀಬಿ ಮುನಿಗಳ ಆ ಸೇವೆಗೆ ಸಂಪ್ರೀತನಾದ ನರಸಿಂಹಸ್ವಾಮಿಯ ಕೋಪ ಕಡಿಮೆಯಾಗುತ್ತದೆ. ನಿನಗೇನು ವರ ಬೇಕು? ಎಂದು ನರಸಿಂಹಸ್ವಾಮಿಯು ಶೀಬಿ ಮುನಿಗಳನ್ನು ಕೇಳಲು, ನೀವು ಇಲ್ಲಿ ನೆಲೆಸಿ ಭಕ್ತರ ಬೇಡಿಕೆಗಳನ್ನು ಈಡೇರಿಸಿಬೇಕು ಎಂದು ಶೀಬಿ ಮುನಿಗಳು ಕೋರಿಕೊಳ್ಳುತ್ತಾರೆ. ಹೀಗೆ ಶೀಬಿ ಮುನಿಯ ಕೋರಿಕೆಯಂತೆ ನರಸಿಂಹಸ್ವಾಮಿಯು ಆ ಜಾಗದಲ್ಲಿಯೇ ಸಾಲಿಗ್ರಾಮ

ರೂಪದಲ್ಲಿ ನೆಲೆಸುತ್ತಾರೆ. ನರಸಿಂಹಸ್ವಾಮಿಯು ನೆಲೆಸಿದ ಆ ಪವಿತ್ರಕ್ಷೇತ್ರವೇ ಶೀಬಿ ನರಸಿಂಹ ಪುಣ್ಯಕ್ಷೇತ್ರ. ಇಂತಿಪ್ಪ ಶೀಬಿ ನರಸಿಂಹನ ದರ್ಶನ ಮಾಡಿ ಬರೋಣ ಬನ್ನಿ.

ಶೀಬಿ ಕ್ಷೇತ್ರ ತುಮಕೂರಿನಿಂದ ಸುಮಾರು 25 ಕಿ.ಮೀ ದೂರದಲ್ಲಿದೆ. ಒಂದು ಕಾಲದಲ್ಲಿ ಈ ಮಾರ್ಗವಾಗಿ ವ್ಯಾಪಾರಕ್ಕೆಂದು ಬಂದಿದ್ದ ವರ್ತಕರೊಬ್ಬರು ಇಲ್ಲಿ ವಿಶ್ರಾಂತಿ ಪಡೆಯುತ್ತಿದ್ದಾಗ ಅವರ ಸ್ವಪ್ನದಲ್ಲಿ ನರಸಿಂಹಸ್ವಾಮಿಯು ಕಾಣಿಸಿ, ನಾನು ಇಲ್ಲಿ ಸಾಲಿಗ್ರಾಮ ರೂಪದಲ್ಲಿ ನೆಲೆಸಿದ್ದು, ಇಲ್ಲಿ ದೇವಾಲಯವೊಂದನ್ನು ನಿರ್ಮಿಸುವಂತೆ ಹೇಳುತ್ತಾರೆ. ಸ್ವಾಮಿಯ ಆಜ್ಞೆಯಂತೆ ಆ ವರ್ತಕರು ಸಣ್ಣ ದೇವಾಲಯವೊಂದನ್ನು ನಿರ್ಮಿಸುತ್ತಾರೆ. ಆದರೆ ಶೀಬಿಕ್ಷೇತ್ರ ಜಾಸ್ತಿ ಪ್ರಸಿದ್ಧಿಯಾದದ್ದು ಮೈಸೂರು ರಾಜರ ಆಳ್ವಿಕೆಯ ಕಾಲದಲ್ಲಿ. ಟಿಪ್ಪುವಿನ ಅರಮನೆಯಲ್ಲಿ ಉನ್ನತ ಹುದ್ದೆಯಲ್ಲಿದ್ದ ಕೇಚರಿ ಕೃಷ್ಣಯ್ಯನವರ ಮಕ್ಕಳಾದ ಲಕ್ಷ್ಮಿನರಸಯ್ಯ, ಪುಟ್ಟಣ್ಣಯ್ಯ ಹಾಗು ನಲ್ಲಪ್ಪನವರು ಈ ದೇವಾಲಯವನ್ನು ಇನ್ನಷ್ಟು ಉನ್ನತೀಕರಿಸಿದರು. ಹದಿನಾಲ್ಕು ವರ್ಷಗಳ ಕಾಲ ನಡೆದ ಆ ಜೀರ್ಣೋದ್ಧಾರ ಕಾರ್ಯದಲ್ಲಿ ದೇವಾಲಯದ ಗೋಡೆಗಳ ಮೇಲೆ ಪುರಾಣದ ಕತೆಗಳನ್ನು ಕೆತ್ತಿಸಿದ್ದಾರೆ, ಅಲ್ಲಲ್ಲ. ಪೇಂಟ್ ಮಾಡಿಸಿದ್ದಾರೆ. ಇದರ ಇನ್ನೊಂದು ವಿಶೇಶವೆಂದರೆ ಹೂವು, ಹಣ್ಣು, ತರಕಾರಿಗಳನ್ನು ನುಣ್ಣಗೆ ಅರೆದು, ತಯಾರಿಸಿದ ಬಣ್ಣಗಳಿಂದ ಬರೆದಿರುವ ಆ ಚಿತ್ರಗಳು ಇಂದಿಗೂ ಅಷ್ಟೇ ವರ್ಣಮಯವಾಗಿ ಕಾಣಿಸುತ್ತವೆ. ದೇವಾಲಯದ ಸಮೀಪದಲ್ಲೇ ಗಜಸರೋವರ ಎಂಬ ವಿಶಾಲವಾದ ಕಲ್ಯಾಣಿ ಕೂಡ ಇದೆ. ಪ್ರತಿವರ್ಷವೂ ಮಾಘ ಮಾಸದ ಬಹುಳ ತದಿಗೆಯಂದು ಭವ್ಯ ರಥೋತ್ಸವ ನಡೆಯುತ್ತದೆ.

ತುಮಕೂರು-ಪುಣೆ ರಾಷ್ಟ್ರೀಯ ಹೆದ್ದಾರಿ 4 ರಲ್ಲಿ ತುಮಕೂರಿನಿಂದ ಸುಮಾರು 25 ಕಿ.ಮೀ. ದೂರ ಕ್ರಮಿಸಿದರೆ ಈ ದೇವಾಲಯ ಸಿಗುತ್ತದೆ. ರಾಷ್ಟ್ರೀಯ ಹೆದ್ದಾರಿಯ ಸನಿಹದಲ್ಲೇ ಇರುವುದರಿಂದ ಹೋಗುವ ಮಾರ್ಗದ ಬಗ್ಗೆ ಹೆಚ್ಚಿನ ವಿವರಣೆ ಬೇಕಿಲ್ಲ. ತುಮಕೂರಿನಿಂದ ಬಸ್ ಸೌಕರ್ಯ ಕೂಡ ಇದೆ. ಕಾರ್ಯನಿಮಿತ್ತ ಅಥವಾ ಸಿದ್ಧಗಂಗಾ ಸೇರಿದಂತೆ ಇನ್ನಿತರ ಕ್ಷೇತ್ರಗಳನ್ನು ನೋಡಲು ನೀವು ತುಮಕೂರಿಗೆ ಹೋಗುತ್ತಿರುವಿರಾದರೆ ಶೀಬಿ ಕ್ಷೇತ್ರವನ್ನು ನೋಡಲು ಮರೆಯದಿರಿ. ಸಾಲಿಗ್ರಾಮ ರೂಪಿ ಶಾಂತ ನರಸಿಂಹ, ಗೋಡೆಯ ಮೇಲಿನ ಪೇಂಟಿಂಗ್ - ಬಹುಶಃ ಇಲ್ಲಿ ಬಿಟ್ಟರೆ ಮತ್ತೆಲ್ಲೂ ನಿಮಗೆ ಕಾಣಸಿಗದು. ಬನ್ನಿ.. ಶೀಬಿ ನರಸಿಂಹನನ್ನು ದರ್ಶಿಸಿ, ಪುನೀತರಾಗಿ.

11
ಪೊಳಲಿ ರಾಜರಾಜೇಶ್ವರಿ ದೇವಾಲಯ

ಪೊಳಲಿ, ಮಂಗಳೂರು

ಧರ್ಮಸ್ಥಳ, ಉಡುಪಿ, ಕೊಲ್ಲೂರು ಕಡೆ ಮುಂದಿನ ಬಾರಿ ಪ್ರಯಾಣ ಹೊರಟಾಗ ನೀವು ತಪ್ಪದೆ ನೋಡಲೇಬೇಕಾದ ಇನ್ನೊಂದು ದೇವಾಲಯವಿದೆ. ಅದುವೇ ಪೊಳಲಿ ಶ್ರೀ ರಾಜರಾಜೇಶ್ವರಿ ದೇವಾಲಯ. ಮಂಗಳೂರಿನಿಂದ ಕೇವಲ ಇಪ್ಪತ್ತು ಕಿಲೋಮೀಟರ್ ದೂರದಲ್ಲಿ ಸುಂದರ ಪರಿಸರದ ನಡುವೆ, ಫಲ್ಗುಣಿ ನದಿಯ ತಟದಲ್ಲಿ ವಿಶಾಲವಾಗಿ ಹರಡಿಕೊಂಡಿರುವ ಈ ದೇವಾಲಯ ಪ್ರತಿನಿತ್ಯ ನೂರಾರು ಭಕ್ತರನ್ನು ಕೈಬೀಸಿ ಕರೆಯುತ್ತಿದೆ.

ಪುರಾಣದ ಪ್ರಕಾರ ಸಾವಿರಾರು ವರ್ಷಗಳ ಹಿಂದೆ ಈ ಪ್ರದೇಶವನ್ನು ಆಳುತ್ತಿದ್ದ ಸುರಥನೆಂಬ ಮಹಾರಾಜನು ಯುದ್ಧವೊಂದರಲ್ಲಿ ಸೋತು ಹೋಗುತ್ತಾನೆ. ಆಗ ಇವನ ಕನಸಿನಲ್ಲಿ ತಾಯಿ ರಾಜರಾಜೇಶ್ವರಿಯು ಕಾಣಿಸಿಕೊಂಡು, ತಾನು ಈ ಜಾಗದಲ್ಲಿ ನೆಲೆಸಿರುವುದಾಗಿ, ಇಲ್ಲಿ ದೇವಾಲಯವೊಂದನ್ನು ನಿರ್ಮಿಸುವುದಾಗಿ ಹೇಳುತ್ತಾಳೆ. ಅದರಂತೆಯೇ ಸುರಥ ರಾಜನು ಆ ಜಾಗದಲ್ಲಿ ದೇವಾಲಯವನ್ನು ನಿರ್ಮಿಸಿ ರಾಜರಾಜೇಶ್ವರಿ ಮೂರ್ತಿಯನ್ನು ಪ್ರತಿಷ್ಠಾಪಿಸುತ್ತಾನೆ. ಇದಾದ ಕೆಲವು ದಿನಕ್ಕೆ ತಾನು ಕಳೆದುಕೊಂಡಿದ್ದ ರಾಜ್ಯವನ್ನು ಮತ್ತೆ ಗಳಿಸುತ್ತಾನೆ. ಹಾಗಾಗಿ ಈ ತಾಯಿಯ ಸೇವೆ ಮಾಡಿದರೆ ಜಯವು ಸಿಗುತ್ತದೆ ಎಂದು ಜನರ ನಂಬಿಕೆ.

ಪೊಳಲಿ ಕ್ಷೇತ್ರದ ಪ್ರಧಾನದೇವತೆ ಶ್ರೀ ರಾಜರಾಜೇಶ್ವರಿಯಾದರೂ ಇಲ್ಲಿರುವ ಸುಬ್ರಹ್ಮಣ್ಯನಿಗೆ ಕೂಡ ವಿಶೇಷ ಪೂಜೆಗಳು ನಡೆಯುತ್ತವೆ. ವಿಶಾಲವಾದ ಪ್ರಾಂಗಣದಲ್ಲಿರುವ ಈ ದೇವಾಲಯದಲ್ಲಿ ರಾಜರಾಜೇಶ್ವರಿ ಮತ್ತು ಸುಬ್ರಹ್ಮಣ್ಯ ಜೊತೆಗೆ ಮಹಾಗಣಪತಿ, ಸರಸ್ವತಿ ಸೇರಿದಂತೆ ಇತರ ದೇವರುಗಳಿಗೆ ಸೇರಿದ ದೇವಾಲಯಗಳೂ ಇದೆ. ಪೊಳಲ್ ಎಂದರೆ ಮಣ್ಣು. ಸಾಮಾನ್ಯವಾಗಿ ಯಾವುದೇ ದೇವಾಲಯದ ವಿಗ್ರಹವಾದರೂ ಕಲ್ಲಿನಿಂದ ಕೆತ್ತಿರುವುದು ಸಾಮಾನ್ಯ. ಆದರೆ ಪೊಳಲಿಯ ವಿಶೇಷವೆಂದರೆ ಇಲ್ಲಿನ ರಾಜರಾಜೇಶ್ವರಿ ಮೂರ್ತಿಯನ್ನು, ಗಣೇಶ ಹಬ್ಬದಲ್ಲಿ ಮಣ್ಣಿನಿಂದ ಗಣೇಶ ಮೂರ್ತಿಯನ್ನು ಮಾಡುತ್ತಾರಲ್ಲ? ಅದೇ ರೀತಿ ಕೇವಲ ಮಣ್ಣಿನಿಂದ ಮಾಡಲಾಗಿದೆ. ಸಾವಿರಾರು ವರ್ಷಗಳಾದರೂ ಆ ಮಣ್ಣಿನ ಮೂರ್ತಿ ಅಚಲವಾಗಿ ನಿಂತಿದೆ ಎಂದರೆ ಆಶ್ಚರ್ಯ ಸಹಜ. ಹೌದು. ರಾಜರಾಜೇಶ್ವರಿ ಮೂರ್ತಿಯನ್ನು ಉತ್ತಮ ಗುಣಮಟ್ಟದ ಮಣ್ಣು, ಮತ್ತದಕ್ಕೆ ಒಂದಷ್ಟು ವಿವಿಧ ಜಾತಿಯ ಗಿಡ-ಮರಗಳ ರಸಗಳನ್ನು ಬೆರೆಸಿ (ಈ ಕಾಲದಲ್ಲಿ ನಾವು ಕೆಮಿಕಲ್ ಗಳನ್ನೂ ಮಿಶ್ರಣ ಮಾಡುವಂತೆ) ಮಾಡಲಾಗಿದೆ. ಆ ನೈಸರ್ಗಿಕ ಗಿಡ-ಮರಗಳ ರಸಗಳು ರಾಸಾಯನಿಕದಂತೆ ವರ್ತಿಸಿ, ಮಣ್ಣನ್ನು ಗಟ್ಟಿಯಾಗಿ ಹಿಡಿದಿಟ್ಟಿದೆ ಎಂಬುದೇ ಇಲ್ಲಿನ ವಿಶೇಷ.

ಪ್ರತಿವರ್ಷ ಅಶ್ವೀಜ ಮಾಸದಲ್ಲಿ ಒಂಭತ್ತು ದಿನಗಳ ಕಾಲ ನಡೆಯುವ ಉತ್ಸವ ಇಲ್ಲಿನ ಪ್ರಮುಖ ಆಕರ್ಷಣೆ. ವೇದಪಾರಾಯಣ, ಚಂಡಿಕಾಯಾಗ, ಕುಂಕುಮಾರ್ಚನೆ, ರಂಗಪೂಜೆ ಸೇರಿದಂತೆ ಅನೇಕ ವಿಧವಾದ ಸೇವೆಗಳು ನಡೆಯುತ್ತವೆ. ಇದಲ್ಲದೆ ದೀಪಾವಳಿ ಹಾಗು ವರ್ಷಕ್ಕೊಮ್ಮೆ ನಡೆಯುವ ಲಕ್ಷದೀಪೋತ್ಸವವಂತೂ ಬಹಳ ಪ್ರಚಲಿತ. ಈ ದೇವಾಲಯದ ಇನ್ನೊಂದು ವಿಶೇಷವೆಂದರೆ ಇಲ್ಲಿ ನಡೆಯುವ ಪೊಳಲಿ ಚೆಂಡು ಉತ್ಸವ. ವಿಶ್ವವಿಖ್ಯಾತವಾದ ಈ ಚೆಂಡು ಉತ್ಸವವನ್ನು ನೋಡಲು ದೇಶದ ಮೂಲೆಮೂಲೆಗಳಿಂದ ಜನರು ಬರುತ್ತಾರೆ. ಚೆಂಡು ಉತ್ಸವವನ್ನು ಸುಲಭವಾಗಿ ಅರ್ಥವಾಗುವ ಭಾಷೆಯಲ್ಲಿ ಹೇಳುವುದಾದರೆ - ಫುಟ್ಬಾಲ್ ಉತ್ಸವ. ಸಾಮಾನ್ಯವಾಗಿ ಮಾರ್ಚ್ ಅಥವಾ ಏಪ್ರಿಲ್ ತಿಂಗಳಲ್ಲಿ ನಡೆಯುವ ಈ ಚೆಂಡು ಉತ್ಸವ ದುಷ್ಟತನದ ಎದುರು ಒಳ್ಳೆಯತನದ ಗೆಲುವು ಎಂಬ ಅರ್ಥದಲ್ಲಿ ಆಚರಿಸಲಾಗುತ್ತದೆ. ಸಾಮಾನ್ಯವಾಗಿ ಯಾವುದೇ ದೇವಾಲಯದಲ್ಲಿ ನಡೆಯುವ ಜಾತ್ರೆ ಅಬ್ಬಬ್ಬಾ ಎಂದರೆ ಮೂರು ಅಥವಾ ನಾಲ್ಕು ದಿನ ನಡೆಯಬಹುದು. ಆದರೆ ಒಂದು ತಿಂಗಳ ಕಾಲ ಇಲ್ಲಿ ಜಾತ್ರೆ ನಡೆಯುತ್ತದೆ ಎಂಬುದು ಇನ್ನೊಂದು ವಿಶೇಷ. ಬೇಡಿದ್ದನ್ನು ಈಡೇರಿಸುವ ದೇವರು ಎಂದೇ ಈ ರಾಜರಾಜೇಶ್ವರಿ ಪ್ರಸಿದ್ಧಿ. ಅದರಲ್ಲೂ ಕಳೆದುಹೋದ ವಸ್ತುವು ಮತ್ತೆ

ಸಿಗಬೇಕಾದರೆ ಈ ದೇವರಿಗೆ ಹರಕೆ ಹೊತ್ತು ಕಾಯಾ ವಾಚಾ ಮನಸಾ ಸೇವೆ ಮಾಡಿದರೆ ಆ ವಸ್ತು ಖಂಡಿತ ಸಿಕ್ಕೇ ಸಿಗುತ್ತದೆ ಎಂಬುದು ನಂಬಿಕೆ. ಹೀಗೆ ಬೇಡಿದ್ದನ್ನು ಈಡೇರಿಸುವ ಪೊಳಲಿ ರಾಜರಾಜೇಶ್ವರಿ ಕ್ಷೇತ್ರವು ಮಂಗಳೂರಿನಿಂದ ಕೇವಲ ಇಪ್ಪತ್ತು ಕಿಲೋಮೀಟರ್ ದೂರದಲ್ಲಿದೆ. ಈ ಬಾರಿ ಮಂಗಳೂರಿಗೆ ಹೋದಾಗ ತಪ್ಪದೆ ದೇವಿ ದರ್ಶನ ಮಾಡಿ ಬನ್ನಿ.

12

ಝರಣಿ ಶ್ರೀ ಲಕ್ಷ್ಮೀನರಸಿಂಹ ಸ್ವಾಮಿ ದೇವಾಲಯ

"ಝರಣಿ, ಬೀದರ್ ಜಿಲ್ಲೆ"

ಕಪಟ ನಾಟಕ ಸೂತ್ರಧಾರಿಯೆಂದು ಆ ಭಗವಂತನನ್ನು ಕರೆಯುವುದು ಸುಮ್ಮನೇ ಅಲ್ಲ. ಅವನ ಒಂದೊಂದು ಆಟವೂ ವಿಚಿತ್ರ. ಅವನು ನೆಲೆನಿಂತ ಕ್ಷೇತ್ರಗಳೂ ಸಹ ಅಷ್ಟೇ ವಿಶಿಷ್ಟ. ಅಂತಹ ವಿಶಿಷ್ಟಗಳಲ್ಲೇ ವಿಶಿಷ್ಟವಾದ ಕ್ಷೇತ್ರವೊಂದು ಕರ್ನಾಟಕದ ಬೀದರ್ ಜಿಲ್ಲೆಯಲ್ಲಿದೆ. ಅದೂ ಬೀದರ್ ನಗರದಿಂದ ಕೇವಲ ಐದು ಕಿಲೋಮೀಟರ್ ದೂರದಲ್ಲಿ. ಅದುವೇ ಶ್ರೀ ಝರಣಿ ಲಕ್ಷ್ಮೀನರಸಿಂಹ ದೇವಾಲಯ. ಪ್ರತಿ ಮಂಗಳವಾರ ಕರ್ನಾಟಕದ ದಿವ್ಯ ಸನ್ನಿಧಾನವೊಂದರ ದರ್ಶನ ಮಾಡಿಸುವ ಈ ಅಂಕಣದಲ್ಲಿ ಇಂದು "ಝರಣಿ" ಕ್ಷೇತ್ರವನ್ನು ನೋಡಿಕೊಂಡು ಬರೋಣ ಬನ್ನಿ.

ಬೀದರ್ ಸನಿಹದಲ್ಲೇ ಇರುವ ಈ ಕ್ಷೇತ್ರ ಕರ್ನಾಟಕದ ಕೆಲವೇ ಗುಹಾಂತರ್ಗಾಮಿ ದೇವಾಲಯಗಳ ಪೈಕಿ ಒಂದು.ಪುರಾಣದ ಪ್ರಕಾರ ಹೇಳುವುದಾದರೆ, ಜಲಾಸುರನೆಂಬ ರಕ್ಕಸನು ಪ್ರಜೆಗಳನ್ನು ಪೀಡಿಸುತ್ತಾ ಇದ್ದನು. ಶಿವಭಕ್ತನಾದ ಈ ರಕ್ಕಸನು ಶಿವನಿಂದ ವಿಶೇಷ ವರಗಳನ್ನು ಪಡೆದು, ಧರ್ಮಕಾರ್ಯಗಳಿಗೆ ಅಡ್ಡಿಪಡಿಸುತ್ತಾ ಇದ್ದನು. ಇವನ ಉಪಟಳವನ್ನು

ಸಹಿಸಲಾರದೆ ದೇವತೆಗಳು ವಿಷ್ಣುವಿನ ಬಳಿ ಹೋಗಲು, ಈ ಅಸುರನ ಅಂತ್ಯವು ಸಮೀಪಿಸುತ್ತಿದೆ ನೀವು ಭಯಪಡಬೇಡಿ ಎಂದು ವಿಷ್ಣುವು ದೇವತೆಗಳಿಗೆ ಅಭಯವನ್ನಿತ್ತನು. ಇದಾದ ಕೆಲವು ದಿನಗಳ ಬಳಿಕ ಮಹಾವಿಷ್ಣುವು ನರಸಿಂಹನಾಗಿ ಅವತರಿಸಿ, ಹಿರಣ್ಯಕಶಿಪುವಿನ ಸಂಹಾರ ಮಾಡುತ್ತಾನೆ. ಹಿರಣ್ಯಕಶಿಪು ಸಂಹಾರದ ಬಳಿಕ ಜಲಾಸುರನಿದ್ದ ಈ ಜಾಗಕ್ಕೆ ಬಂದು ಅವನ್ನು ಕೂಡ ಸಂಹರಿಸುತ್ತಾನೆ. ಮಹಾವಿಷ್ಣುವಿಗೆ ಶರಣಾದ ಜಲಾಸುರನು, ನರಸಿಂಹ ಸ್ವಾಮಿಯು ಇಲ್ಲೇ ನೆಲೆಸಬೇಕೆಂದೂ, ತಾನು ನೀರಿನ ರೂಪದಲ್ಲಿ ಪ್ರತಿದಿನ ವಿಷ್ಣುವಿನ ಪಾದಗಳನ್ನು ತೊಳೆಯಬೇಕೆಂದು ಕೋರಿಕೊಳ್ಳುತ್ತಾನೆ. ಅವನ ಕೋರಿಕೆಯಂತೆ ನರಸಿಂಹ ಸ್ವಾಮಿಯು ಆ ಗುಹೆಯ ಒಳಗಡೆ ಸ್ವಯಂಭೂ ರೂಪದಲ್ಲಿ ನೆಲೆಸುತ್ತಾರೆ. ಜಲಾಸುರನು ನೀರಿನ ರೂಪವನ್ನು ಹೊಂದಿ, ದೇವರ ಪಾದಗಳನ್ನು ಇಂದಿಗೂ ತೊಳೆಯುತ್ತಿದ್ದಾನೆ ಎಂಬುದು ತಿಳಿದುಬರುತ್ತದೆ.

ನೀರಿನ ರೂಪದಲ್ಲಿ ಜಲಾಸುರನು ಅವತರಿಸಿದ್ದರ ಫಲವಾಗಿ ಈ ಗುಹೆಯು ಸದಾಕಾಲ ನೀರಿನಿಂದ ತುಂಬಿರುತ್ತದೆ. ನೂರಾರು ವರ್ಷಗಳಿಂದ ವರ್ಷದ ಮುನ್ನೂರೈವತ್ತು ದಿನವೂ ಇಲ್ಲಿ ನೀರು ಹರಿಯುತ್ತಲೇ ಇರುತ್ತದೆ. ಎದೆಯ ಮಟ್ಟದಷ್ಟು ನೀರು ತುಂಬಿರುವ ಈ ದೇವಾಲಯವನ್ನು ನೋಡಲು ನೀರಿನ ಒಳಗೆ ನಿಧಾನವಾಗಿ ನಡೆಯುತ್ತಾ ಸಾಗಬೇಕು. ನಾಲ್ಕು ಅಡಿಗಳಷ್ಟು ಎತ್ತರದ ನೀರು ತುಂಬಿರುವುದರಿಂದ ಚಿಕ್ಕಮಕ್ಕಳನ್ನು ತಲೆಯಮೇಲೆ ಹೊತ್ತುಕೊಂಡು ನಡೆಯಬೇಕು. ಸರಿಸುಮಾರು ಅರ್ಧಕಿಲೋಮೀಟರ್ ಗಳಷ್ಟು ದೂರವನ್ನು ಈ ರೀತಿ ನೀರಿನ ಒಳಗೆ ನಡೆದೇ ಸಾಗಿ ದೇವರ ದರ್ಶನ ಮಾಡಬೇಕು. ಜಲಾಸುರನು ಶಿವಭಕ್ತನಾದ್ದರಿಂದ ಇಲ್ಲಿ ವಿಷ್ಣುಮೂರ್ತಿಯ ಪಕ್ಕದಲ್ಲೇ ಶಿವ ಕೂಡ ಇದ್ದಾನೆ. ಹಾಗಾಗಿ ಹರಿ-ಹರ ಸಂಗಮದ ಅಪೂರ್ವ ಕ್ಷೇತ್ರವಿದು. ನಾಲ್ಕು ಅಡಿ ಎತ್ತರದ ನೀರಿನಲ್ಲಿ ಸುಮಾರು ದೂರ ನಡೆದು ಸಾಗುವುದು ಒಂದು ವಿಶಿಷ್ಟ ಅನುಭವವೇ ಸರಿ. ಈ ನೀರಿನಲ್ಲಿ ಗಂಧಕದ ಪ್ರಮಾಣ ಹೆಚ್ಚಾಗಿದ್ದು, ಈ ನೀರಿನಲ್ಲಿ ನಡೆದು ಸಾಗುವುದರಿಂದ ಚರ್ಮರೋಗ ಹಾಗು ಕೆಲವು ಗುಪ್ತರೋಗಗಳು ಪರಿಹಾರವಾಗುತ್ತವೆ ಎಂದು ಕೂಡ ಹೇಳಲಾಗುತ್ತದೆ. ಅತಿ ಚಿಕ್ಕ ಗುಹೆಯಾದ್ದರಿಂದ ಹುಷಾರಾಗಿ ಆದಷ್ಟೂ ಸದ್ದುಗದ್ದಲವಿಲ್ಲದೆ ಸಾಗಬೇಕು. ಒಂದು ಬಾರಿಗೆ ಕೇವಲ ಎಂಟುಜನಗಳಷ್ಟು ಮಾತ್ರ ನಿಂತು ದರ್ಶನ ಮಾಡಬಹುದಾದ ಕಿರಿದಾದ ಜಾಗ ಇದು. ಗುಹೆಯ ಒಳಗೆ ಅನೇಕ ಬಾವಲಿಗಳು ವಾಸಿಸುತ್ತಿದ್ದರೂ ಇದುವರೆಗೂ ಇಲ್ಲಿನ ಬಾವಲಿಗಳಿಂದ ಯಾವೊಬ್ಬ ಭಕ್ತಾದಿಗಳಿಗೂ ತೊಂದರೆಯಾಗಿಲ್ಲವೆಂಬುದು ಇಲ್ಲಿನ ಇನ್ನೊಂದು ವಿಶೇಷ.

ಹೀಗೆ ಭಕ್ತರ ಬಯಕೆಗಳನ್ನು ಪೂರೈಸುತ್ತಾ ನೂರಾರು ವರ್ಷಗಳಿಂದ ಈ ಗುಹೆಯ ಒಳಗೆ ನೆಲೆಗೊಂಡಿರುವ ಝುರಣಿ ಲಕ್ಷ್ಮಿ ನರಸಿಂಹ ಸ್ವಾಮಿಗೆ ನರಸಿಂಹ ಜಯಂತಿಯೂ ಸೇರಿ ವಿಶೇಷ ದಿನಗಳಲ್ಲಿ ವಿಶೇಷ ಪೂಜೆಗಳು ಇರುತ್ತವೆ. ಬೀದರ್ ನಗರದಿಂದ ಕೇವಲ ಐದು ಕಿಲೋಮೀಟರ್ ದೂರದಲ್ಲೇ ಇರುವುದರಿಂದ ಆಟೋ, ಟ್ಯಾಕ್ಸಿಗಳನ್ನು ಬಾಡಿಗೆ ಪಡೆದು ಹೋಗಿಬರಬಹುದು. ಮುಂದಿನ ಸಲ ಕಾರ್ಯನಿಮಿತ್ತ ಬೀದರ್ ಗೆ ಹೋದಾಗ ತಪ್ಪದೆ ಝುರಣಿ ಕ್ಷೇತ್ರದ ದರ್ಶನ ಮಾಡಿಕೊಂಡು ಬನ್ನಿ.

13

ಭೋಗಾಪುರೇಶ ಹನುಮನ ದೇವಾಲಯ

ಭೋಗಾಪುರೇಶ, ಕೊಪ್ಪಳ ಜಿಲ್ಲೆ

ಭಿನ್ನವಾದ ದೇವರ ಫೋಟೋ ಅಥವಾ ವಿಗ್ರಹ ಮನೆಯಲ್ಲಿದ್ದರೆ ಏನು ಮಾಡುತ್ತೇವೆ? ಯಾರೂ ತುಳಿಯದ ಜಾಗದಲ್ಲಿಯೋ ಅಥವಾ ದೇವಾಲಯ, ಅಶ್ವತ್ಥಕಟ್ಟೆ ಬಳಿಯೋ ಇಟ್ಟು ಬರುತ್ತೇವೆ ಅಲ್ಲವೇ? ಕಾರಣವಿಷ್ಟೇ - ಭಿನ್ನವಾದ ಮೂರ್ತಿಗೆ ಪೂಜೆ ಮಾಡಬಾರದು ಎಂಬ ನಂಬಿಕೆ ನಮ್ಮಲ್ಲಿದೆ. ಆದರೆ ಭಿನ್ನವಾದ ವಿಗ್ರಹಕ್ಕೆ ಪೂಜೆ ಮಾಡುವ ದೇವಾಲಯವೊಂದು ಕರ್ನಾಟಕದಲ್ಲಿದೆಯೆಂದರೆ ನಂಬುತ್ತೀರಾ? ಖಂಡಿತಾ ಸತ್ಯ. ಈ ದೇವಾಲಯವನ್ನು ನೋಡಬೇಕಾದರೆ ನೀವು ಕೊಪ್ಪಳ ಜಿಲ್ಲೆಗೆ ಹೋಗಬೇಕು. ಬನ್ನಿ. ಕೊಪ್ಪಳ ಜಿಲ್ಲೆ ಗಂಗಾವತಿ ತಾಲೂಕಿನಲ್ಲಿರುವ ಭೋಗಾಪುರೇಶ ಹನುಮಂತನ ದೇವಾಲಯವನ್ನು ದರ್ಶನ ಮಾಡಿ ಬರೋಣ.

ಪಾಂಡವರಲ್ಲೊಬ್ಬನಾದ ಅರ್ಜುನನ ಮೊಮ್ಮಗ ಪರೀಕ್ಷಿತ ಮಹಾರಾಜ ಹಾವಿನ ಕಡಿತದಿಂದ ಅಸುನೀಗುತ್ತಾರೆ. ಇದನ್ನರಿತ ಪರೀಕ್ಷಿತರಾಜನ ಮಗ ಜನಮೇಜಯರು ಸರ್ಪಗಳ ವಂಶವನ್ನೇ ನಿರ್ನಾಮ ಮಾಡಲೆಂದು ಸರ್ಪಯಾಗ ಮಾಡುತ್ತಾರೆ. ಆಗ ನೂರಾರು ಸಾವಿರಾರು ಸರ್ಪಗಳು ಅಗ್ನಿಗೆ ಆಹುತಿಯಾಗುತ್ತವೆ. ಸರ್ಪಹತ್ಯಾ ದೋಷವನ್ನು ಕಳೆಯಲು ಸಪ್ತರ್ಷಿಗಳ ಸಲಹೆಯಂತೆ ದೇಶಾದ್ಯಂತ ವಿಷ್ಣು ಹಾಗು ಹನುಮನ ದೇವಾಲಯಗಳನ್ನು ಸ್ಥಾಪಿಸುತ್ತಾರೆ ಎಂಬ ಕತೆ ಪ್ರಚಲಿತದಲ್ಲಿದೆ. ಆರೀತಿಯಾಗಿ ಜನಮೇಜಯರಿಂದ

ಸಾವಿರಾರು ವರ್ಷಗಳ ಹಿಂದೆ ಸ್ಥಾಪಿಸಲ್ಪಟ್ಟ ದೇವಾಲಯವೇ - ಭೋಗಾಪುರೇಶ ಹನುಮನ ದೇವಾಲಯ. ಆ ಗ್ರಾಮಕ್ಕೆ ಆಗ ಭೋಗಾಪುರ ಎಂಬ ಹೆಸರಿತ್ತು. ಹಾಗಾಗಿ ಭೋಗಾಪುರೇಶ ಹೆಸರು ಬಂದಿತು ಎಂದು ನಂಬಿಕೆ.

ಕಾಲಕ್ರಮೇಣ ಆ ದೇವಾಲಯವು ಶಿಥಿಲವಾಗತೊಡಗಿತು. ಮುಂದೆ ಈ ಪ್ರಾಂತ್ಯವನ್ನು ಆಳುತ್ತಿದ್ದ ವಿಜಯನಗರದ ಅರಸರು ಈ ದೇವಾಲಯವನ್ನು ಭವ್ಯವಾಗಿ ಜೀರ್ಣೋದ್ಧಾರ ಮಾಡಿದರು ಎಂದು ಇತಿಹಾಸ ಹೇಳುತ್ತದೆ. ಇದನ್ನು ಕಂಡ ಕೆಲವು ದರೋಡೆಕೋರರು ದೇವಾಲಯದ ಒಳಗೆ ಅಪಾರ ಪ್ರಮಾಣದ ನಿಧಿ ಹುದುಗಿರಬಹುದೆಂದು ಭಾವಿಸಿ, ದೇವಾಲಯಕ್ಕೆ ಕನ್ನ ಹಾಕಿ ಶೋಧಿಸಿದರು. ಯಾವುದೇ ನಿಧಿ ಅಲ್ಲಿ ಸಿಗದಿರಲು ಕೋಪಗೊಂಡು ಅಲ್ಲಿದ್ದ ಹನುಮನ ವಿಗ್ರಹವನ್ನು ತುಂಡುತುಂಡು ಮಾಡಿ ಪಕ್ಕದಲ್ಲಿದ್ದ ಕೆರೆಯೊಂದರಲ್ಲಿ ಎಸೆದು ಹೋದರು. ಆ ರಾತ್ರಿ ದೇವಾಲಯದ ಅರ್ಚಕರ ಕನಸಿನಲ್ಲಿ ಕಾಣಿಸಿಕೊಂಡ ಹನುಮನು "ನನ್ನ ವಿಗ್ರಹವನ್ನು ತುಂಡು ತುಂಡು ಮಾಡಿ ಕೆರೆಯಲ್ಲಿ ಎಸೆದಿದ್ದಾರೆ. ಆ ತುಂಡುಗಳನ್ನು ತಂದು, ಜೇನು, ತುಪ್ಪ ಮತ್ತು ಹಸುವಿನ ಸಗಣಿಯಿಂದ ಜೋಡಿಸಿ ಮತ್ತೆ ಅಲ್ಲಿ ಪ್ರತಿಷ್ಠಾಪಿಸಿ ಹನ್ನೊಂದು ದಿನಗಳ ಕಾಲ ಗರ್ಭಗುಡಿಯ ಬಾಗಿಲು ಹಾಕಿಡಿ. ಹನ್ನೊಂದು ದಿನದಲ್ಲಿ ಆ ಕಲ್ಲುಗಳು ಜೋಡಣೆಗೊಂಡು ಮತ್ತೆ ಮೊದಲಿನಂತಾಗುತ್ತದೆ" ಎಂದು ಹೇಳಿ ಅಂತರ್ಧಾನನಾದನು.

ಸ್ವಪ್ನದಲ್ಲಿ ಕಂಡಂತೆ, ಕೆರೆಯ ಬಳಿ ಹೋಗಿ ನೋಡಲು ತುಂಡಾಗಿದ್ದ ಹನುಮನ ವಿಗ್ರಹವು ಕಾಣಿಸಿತು. ಅದನ್ನು ತಂದು ಜೇನು, ತುಪ್ಪ ಮತ್ತು ಸಗಣಿಯಿಂದ ಜೋಡಿಸಿ ಬಾಗಿಲು ಹಾಕಿದರು. ಗರ್ಭಗುಡಿಯ ಬಾಗಿಲು ಹಾಕಿ ಹತ್ತು ದಿನ ಕಳೆದಿತ್ತು. ಇನ್ನೊಂದು ದಿನ ಮಾತ್ರ ಬಾಕಿ. ಆಗ ಅನ್ನಾಹಾರದಿಗಳನ್ನು ತೊರೆದು ಹನುಮನ ದರ್ಶನಕ್ಕೆಂದು ಬಂದಿದ್ದ ಭಕ್ತನೊಬ್ಬನ ಭಕ್ತಿಗೆ ಮಣಿದು, ಅರ್ಚಕರು ಬಾಗಿಲನ್ನು ತೆರೆದರು. ವಿಗ್ರಹದ ಬಹುಭಾಗ ಆಗಲೇ ಜೋಡಣೆಯಾಗಿತ್ತು. ಆದರೆ ಪೂರ್ತಿ ಹನ್ನೊಂದು ದಿನ ತುಂಬಿರದ ಕಾರಣ ಇನ್ನೂ ಸ್ವಲ್ಪ ಭಾಗ ಜೋಡಣೆಯಾಗಿರಲಿಲ್ಲ. ಹಾಗಾಗಿ ಭಿನ್ನವಾದ ವಿಗ್ರಹ ಹಾಗೆಯೇ ಉಳಿಯಿತು. ಹನುಮನ ಆಜ್ಞೆಯಂತೆ ಅದೇ ವಿಗ್ರಹಕ್ಕೆ ಪೂಜೆ ಮಾಡಲು ಆರಂಭಿಸಿದರು. ಇಂದಿಗೂ ಭಿನ್ನಗೊಂಡಿರುವ ಸ್ಥಿತಿಯಲ್ಲಿಯೇ ಆ ವಿಗ್ರಹಕ್ಕೆ ನಿತ್ಯ ಪೂಜೆ ನಡೆಯುತ್ತಿದೆ. ಇತ್ತೀಚೆಗಷ್ಟೇ ಈ ದೇವಾಲಯದಲ್ಲಿ ಬೃಹತ್ ಗಾತ್ರದ ನಾಗಪ್ಪ ಕಾಣಿಸಿಕೊಂಡಿದ್ದು ಸುದ್ದಿಯಾಗಿತ್ತು. 11 ದಿನಗಳ ಹರಕೆ ಹೊತ್ತರೆ ಕೇಳಿದ್ದನ್ನು ಈ ಹನುಮ ಈಡೇರಿಸುತ್ತಾನೆ ಎಂಬ ನಂಬಿಕೆ ಭಕ್ತರಲ್ಲಿದೆ.

ಗಂಗಾವತಿಯಿಂದ ಸುಮಾರು 40 ಕಿಲೋಮೀಟರ್ ದೂರವಿರುವ ನವಲಿ ಎಂಬ ಗ್ರಾಮದಲ್ಲಿರುವ ಈ ದೇವಾಲಯವನ್ನು ನೋಡಲು ಸ್ವಂತ ವಾಹನದಲ್ಲಿ ಹೋದರೆ ಒಳಿತು.

14

ಮಡಾಮಕ್ಕಿ ಶ್ರೀ ವೀರಭದ್ರ ದೇವಾಲಯ

ಮಡಾಮಕ್ಕಿ, ಕುಂದಾಪುರ

ಅನೇಕ ದೇವಾಲಯಗಳ ತವರೂರು ಮಲೆನಾಡು. ಶೃಂಗೇರಿ, ಧರ್ಮಸ್ಥಳ, ಕೊಲ್ಲೂರು, ಉಡುಪಿ, ಕುಕ್ಕೆ, ಕಟೀಲು ಮುಂತಾದ ದೇವಾಲಯಗಳಿಗೆ ವರ್ಷಕ್ಕೆ ಒಮ್ಮೆಯಾದರೂ ಹೋಗಿಬರುವುದು ಎಷ್ಟೋ ಜನರಿಗೆ ವಾಡಿಕೆ. ಮುಂದಿನ ಬಾರಿ ಶೃಂಗೇರಿ ಅಥವಾ ಕೊಲ್ಲೂರಿಗೆ ಹೋದಾಗ ತಪ್ಪದೆ ನೋಡಬೇಕಾದ ಇನ್ನೊಂದು ದೇವಾಲಯದ ವಿವರ ಇಲ್ಲಿದೆ ಓದಿ.

ಆಗುಂಬೆಯ ಕಡಿದಾದ ಘಾಟಿ ಇಳಿದೊಡನೆ ಸೋಮೇಶ್ವರ ಎಂಬ ಊರು ಕಾಣಸಿಗುತ್ತದೆ. ಅಲ್ಲಿಂದ ಸ್ವಲ್ಪ ದೂರದಲ್ಲಿದೆ ಮಡಾಮಕ್ಕಿ ಎಂಬ ಪುಟ್ಟ ಹಳ್ಳಿ. ಈ ಹಳ್ಳಿ ನೋಡಲು ಚಿಕ್ಕದಾದರೂ ಇಲ್ಲಿನ ವೀರಭದ್ರಸ್ವಾಮಿ ದೇವಾಲಯದ ಕೀರ್ತಿ ದೊಡ್ಡದು. ಒಂದೊಮ್ಮೆ ಇಡೀ ಪ್ರದೇಶ ರಾಕ್ಷಸರ ಉಪಟಳದಿಂದ ಕೂಡಿತ್ತು. ಈ ರಾಕ್ಷಸರು ಋಷಿ-ಮುನಿಗಳಿಗೆ ಕೊಡುತ್ತಿದ್ದ ಹಿಂಸೆಯಂತೂ ಎಲ್ಲೆ ಮೀರಿತ್ತು. ಈ ರಾಕ್ಷಸರ ಸಂಹಾರಕ್ಕಾಗಿ ವೃಷಭ ಯೋಗೇಶ್ವರ ಎಂಬ ಮುನಿಯು ನೆಲದ ಮೇಲೆ ಮೊಣಕಾಲೂರಿ ಅನನ್ಯ ಭಕ್ತಿಯಿಂದ ಶಿವನನ್ನು ಧ್ಯಾನ ಮಾಡಲು, ಆ ಮುನಿಯ ಭಕ್ತಿಗೆ ಮೆಚ್ಚಿದ ಶಿವನು ವೀರಭದ್ರಸ್ವಾಮಿಯ ರೂಪದಲ್ಲಿ ಬಂದು ರಾಕ್ಷಸರನ್ನು ಸಂಹರಿಸಿದನು. ಪ್ರಳಯರುದ್ರನಂತೆ ಅತೀ ಭಯಂಕರನಾಗಿದ್ದ ವೀರಭದ್ರಸ್ವಾಮಿಯು ಸಿಟ್ಟಿನಿಂದ ಜೋರಾಗಿ ತನ್ನ ತಲೆಯನ್ನು ಅಲ್ಲಿದ್ದ ಬಂಡೆಯೊಂದಕ್ಕೆ ಹೊಡೆದಾಗಿ, ಆ ಬಂಡೆ ಚೂರು ಚೂರಾಗಿ,

ಅರ್ಧಚಂದ್ರಾಕೃತಿಯ ಒಂದು ಚೂರು ಇಲ್ಲಿ ಬಂದು ಬಿತ್ತಂತೆ. ರಾಕ್ಷಸ ಸಂಹಾರವೆಲ್ಲ ಮುಗಿದಮೇಲೆ, ತಾವು ಇಲ್ಲಿಯೇ ನೆಲೆಸಬೇಕೆಂದು ವೃಷಭ ಯೋಗೇಶ್ವರರು ವೀರಭದ್ರೇಶ್ವರನನ್ನು ಪ್ರಾರ್ಥಿಸಲು, ಅದಕ್ಕೆ ಒಪ್ಪಿದ ದೇವರು ಅರ್ಧಚಂದ್ರಾಕೃತಿಯಾಗಿ ಚೂರಾಗಿದ್ದ ಆ ಕಲ್ಲಿನಲ್ಲೇ ವೀರಭದ್ರಸ್ವಾಮಿಯಾಗಿ ನೆಲೆಸಿದರು ಎಂಬುದು ಈ ದೇವಾಲಯದ ಇತಿಹಾಸ. ವೀರಭದ್ರಸ್ವಾಮಿಯ ಜೊತೆಯಲ್ಲಿಯೇ ಪರಿವಾರ ದೈವಗಳಾದ ಬೊಬ್ಬರ್ಯ,ಪಂಜುರ್ಲಿ,ಹುಲಿದೇವರು ಮುಂತಾದ ದೇವತೆಗಳು ಕೂಡ ಇಲ್ಲಿ ನೆಲೆಸಿದ್ದಾರೆ.

ಸೀತಾನದಿಯ ಸನಿಹ ಸುಂದರ ಪರಿಸರದಲ್ಲಿ ನೆಲೆಸಿರುವ ಈ ವೀರಭದ್ರಸ್ವಾಮಿಯ ವಿಶೇಷವೆಂದರೆ ಇವನನ್ನು ಮಾಡಿಲ್ಲದ ದೈವ ಎಂದೂ ಕರೆಯುತ್ತಾರೆ. ಅಂದರೆ ವೀರಭದ್ರಸ್ವಾಮಿಗೆ ಇಲ್ಲಿ ಗರ್ಭಗುಡಿ ಇಲ್ಲ. ತೆರೆದ ಪ್ರಾಂಗಣದಲ್ಲಿ ವಿರಾಜಮಾನವಾಗಿರುವ ವೀರಭದ್ರಸ್ವಾಮಿಯ ಮೂರ್ತಿಗೆ ಇಲ್ಲಿ ಪೂಜೆ ಸಲ್ಲುತ್ತದೆ. ಅದೂ ಅಲ್ಲದೆ ಮೊಣಕಾಲೂರಿ ವೃಷಭ ಯೋಗೇಶ್ವರರು ಧ್ಯಾನಿಸಿದ್ದರಿಂದ, ವೀರಭದ್ರಸ್ವಾಮಿಯೂ ಕೂಡ ಮೊಣಕಾಲೂರಿ ಕುಳಿತಿದ್ದಾನೆಂದು ಜನರು ಹೇಳುತ್ತಾರೆ. ಹಾಗಾಗಿಯೇ ಇದಕ್ಕೆ ಮಡಾಮಕ್ಕಿ ಎಂಬ ಹೆಸರು. ಮಣ್ಣಿನ ಮೇಲೆ ವೀರಭದ್ರಸ್ವಾಮಿ ನೆಲೆಸಿರುವುದರಿಂದ ಇಲ್ಲಿನ ಮಣ್ಣನ್ನು ಮೃತ್ತಿಕೆಯ ರೀತಿಯಲ್ಲಿ ಜನರು ಧರಿಸುವುದುಂಟು. ಅನೇಕ ರೀತಿಯ ಕಾಯಿಲೆಗಳು ಈ ಮಣ್ಣನ್ನು ಮೈಗೆ ಹಚ್ಚಿಕೊಳ್ಳುವುದರಿಂದ ವಾಸಿಯಾಗುವುದು ಎಂಬುದು ಭಕ್ತಾದಿಗಳ ನಂಬಿಕೆ. ಹಸುಗಳು ನೀಡುವ ಮೊದಲ ಹಾಲಿನಿಂದ ಈ ಸ್ವಾಮಿಗೆ ಅಭಿಷೇಕ ಮಾಡುವ ರೂಢಿ ಜನರಲ್ಲಿದೆ.

ಯಾವುದೇ ದೇವಾಲಯದಲ್ಲಿ ಹಿಂದೂ ಕ್ಯಾಲೆಂಡರ್ ನ ಲೆಕ್ಕದಲ್ಲಿ ಪೂಜೆ ಅಥವಾ ಉತ್ಸವ ನಡೆಸಲಾಗುತ್ತದೆ. ಆದರೆ ಮಡಾಮಕ್ಕಿಯ ವಿಶೇಷವೆಂದರೆ ಪ್ರತಿವರ್ಷ ಫೆಬ್ರವರಿ ಎಂಟರಂದು ಇಲ್ಲಿ ಮಹಾಪೂಜೆ ಹಾಗು ದರ್ಶನಪಾತ್ರಿ ನಡೆಯುತ್ತದೆ. ಈ ವಿಶೇಷ ಮಹಾಪೂಜೆಯ ಸಮಯದಲ್ಲಿ ವೀರಭದ್ರಸ್ವಾಮಿಯು ದರ್ಶನಪಾತ್ರಿಯ ದೇಹವನ್ನು ಪ್ರವೇಶಿಸಿ ದೈವನರ್ತನ, ನುಡಿಗಟ್ಟು ನಡೆಸಿಕೊಡುತ್ತಾನೆಂಬುದು ನಂಬಿಕೆ. ಮಡಾಮಕ್ಕಿಯ ಯಕ್ಷಗಾನ ಮೇಳ ಕೂಡ ತುಂಬಾ ಪ್ರಸಿದ್ಧಿ. ಈ ಮಡಾಮಕ್ಕಿ ಶಿವನಿಗೆ ಹರಸಿಕೊಂಡರೆ ಕೆಲಸ ಕೈಗೂಡುತ್ತದೆಂಬುದು ಇಲ್ಲಿನ ಭಕ್ತಾದಿಗಳ ನಂಬಿಕೆ. ಇಲ್ಲಿನ ದರ್ಶನಸೇವೆಯನ್ನು ಒಮ್ಮೆಯಾದರೂ ನೋಡಲೇಬೇಕು. ಮುಂದಿನ ಬಾರಿ ಮಲೆನಾಡಿನ ದೇವಾಲಯಗಳಿಗೆ ಹೋದಾಗ ಈ ದೇವಾಲಯವನ್ನು ನೋಡಲು ಮರೆಯಬೇಡಿ.

15

ಕೋಲಾರಮ್ಮ ದೇವಾಲಯ, ಕೋಲಾರ

ಚಿನ್ನದ ನಾಡು ಕೋಲಾರಕ್ಕೆ ಕೋಲಾರವೆಂಬ ಹೆಸರು ಬಂದದ್ದು ಈ ಊರಿನ ಅಧಿದೇವತೆಯಾದ ಕೋಲಾರಮ್ಮ ದೇವಾಲಯದಿಂದ. ಜಮದಗ್ನಿ ಋಷಿಗಳ ಬಳಿಯಿದ್ದ ಕಾಮಧೇನುವನ್ನು ಪಡೆಯುವ ಆಸೆಯಿಂದ ಕಾರ್ತವೀರ್ಯಾರ್ಜುನರು ಜಮದಗ್ನಿಯನ್ನು ಕೊಲ್ಲುತ್ತಾರೆ. ಜಮದಗ್ನಿಯ ಪತ್ನಿ ರೇಣುಕಾದೇವಿಯು ಅಗ್ನಿಪ್ರವೇಶ ಮಾಡುತ್ತಾರೆ. ಇದನ್ನು ಕಂಡ ಅವರ ಮಗ ಪರಶುರಾಮನು ಕಾರ್ತವೀರ್ಯಾರ್ಜುನರ ಸಹಿತ ಇಡೀ ಕ್ಷತ್ರಿಯ ಕುಲವನ್ನು ನಾಶ ಮಾಡುತ್ತಾರೆ. ಹೀಗೆ ದೇಶದಾದ್ಯಂತ ಕೋಲಾಹಲ ಸೃಸ್ಟಿಸಲು ಈ ಊರು ಕಾರಣವಾದ್ದರಿಂದ ಇದಕ್ಕೆ ಕೋಲಾಹಲಪುರವೆಂಬ ಹೆಸರು ಬಂದಿತು. ನಂತರ ಕೋಲಾಹಲಪುರಮ್ಮ ಅಥವಾ ಕೋಲಾರಮ್ಮ ಎಂಬ ಹೆಸರಿನಲ್ಲಿ ಪರಶುರಾಮರು ತನ್ನ ತಾಯಿ ರೇಣುಕಾದೇವಿಯನ್ನು ಇಲ್ಲಿ ಪ್ರತಿಷ್ಠಾಪಿಸುತ್ತಾರೆ.

ಗಂಗರ ಮತ್ತು ಚೋಳರ ಕಾಲದಲ್ಲಿ ಈ ದೇವಾಲಯ ಜೀರ್ಣೋದ್ಧಾರವಾಯಿತೆಂದು ಇತಿಹಾಸದಿಂದ ತಿಳಿದುಬರುತ್ತದೆ. ಪೂರ್ವಾಭಿಮುಖವಾಗಿರುವ ಈ ದೇವಾಲಯವು ಅತ್ಯುತ್ತಮ ಹಾಗು ಸುಂದರವಾದ ಶೈಲಿಯಲ್ಲಿ ನಿರ್ಮಿತವಾಗಿದೆ . ದ್ರಾವಿಡ ಶೈಲಿಯಲ್ಲಿ ಕೂಡಿರುವ ಈ ದೇವಾಲಯದ ಪ್ರಮುಖ ಆಕರ್ಷಣೆಯೇ ಸುಂದರವಾದ ಶಿಲ್ಪಕಲೆಗಳಿಂದ ಕೂಡಿರುವ ಇದರ ಪ್ರವೇಶ ದ್ವಾರ. ಸುಮಾರು 20 ಅಡಿ ಎತ್ತರ ಇರುವ ಈ ದ್ವಾರದ ಗೋಪುರದಲ್ಲಿ ಅನೇಕ ಕಲಾಕೃತಿಗಳನ್ನು ಕೆತ್ತಲಾಗಿದೆ. ಕೃಷ್ಣನೂ

ಸೇರಿದಂತೆ ಅನೇಕ ದೇವರುಗಳ ಕೆತ್ತನೆಗಳಿವೆ.

ಗರ್ಭಗುಡಿಯಲ್ಲಿ ಶಕ್ತಿಸ್ವರೂಪಿಯಾದ ಕೋಲಾರಮ್ಮ ದೇವಿಯ ವಿಗ್ರಹವಿದೆ. ಸಾಮಾನ್ಯವಾಗಿ ದೇವಾಲಯಕ್ಕೆ ಗೋಪುರವಿರುವುದು ವಾಡಿಕೆ. ಆದರೆ ಇಲ್ಲಿನ ದೇವಾಲಯಕ್ಕೆ ಕೋಟೆ ಬಾಗಿಲಿಯ ರೀತಿಯ ಪ್ರವೇಶವಿರುವುದು ಇಲ್ಲಿನ ವಿಶೇಷ. ಈ ದೇವಿಯು ಅದೆಷ್ಟು ಶಕ್ತಿಶಾಲಿಯೆಂದರೆ ಈ ದೇವಿಯನ್ನು ನೇರವಾಗಿ ದರ್ಶನ ಮಾಡಬಾರದೆಂದು ಕನ್ನಡಿಯ ಮೂಲಕ ದರ್ಶನ ಮಾಡುವ ವ್ಯವಸ್ಥೆಯಿದೆ. ಇಲ್ಲಿನ ಮೂಕನಚ್ಚಮ್ಮ ದೇವಿಯ ವಿಗ್ರಹದ ಮೂಗು ವಿರೂಪವಾಗಿರುವ ಕಾರಣ ಇವಳನ್ನು ಮೂಕನಚ್ಚರಮ್ಮ ಎಂದು ಕರೆಯುತ್ತಾರೆ. ಚೇಳು ಕಚ್ಚಿದಾಗ ಚೇಳಿನ ಅಧಿದೇವತೆಯಾದ ಚೇಳನಿಯಮ್ಮನನ್ನು ಪೂಜಿಸಿದರೆ, ಅಂತಹವರನ್ನು ಚೇಳು ಕಚ್ಚುವುದಿಲ್ಲ ಅಥವಾ ಒಂದುವೇಳೆ ಕಚ್ಚಿದರೂ ಚೇಳಿನ ವಿಷ ಕಡಿಮೆಯಾಗುತ್ತದೆಂಬ ನಂಬಿಕೆ ಜನರಿಗಿದೆ. ಇಲ್ಲಿರುವ ಕುಂಡದಲ್ಲಿ ಅನೇಕ ಚೇಳುಗಳಿದ್ದು, ವೈಶಾಖ ಮಾಸದ ಶುದ್ಧ ಪಂಚಮಿಯ ದಿನ ಈ ಕುಂಡದಲ್ಲಿಂದ ಚೇಳೊಂದು ಹೊರಬಂದು ತಾಯಿಯ ಪಕ್ಕ ಕೂತು ಸೇವೆ ಮಾಡುತ್ತದೆ ಎಂಬ ನಂಬಿಕೆ ಕೂಡ ಜನರಿಗಿದೆ. ನವರಾತ್ರಿ ಹಬ್ಬವೆಂದರೆ ಶಕ್ತಿದೇವತೆಯರ ಹಬ್ಬವಲ್ಲವೇ? ಹಾಗಾಗಿ ಸಹಜವಾಗಿ ನವರಾತ್ರಿ ಸಮಯದಲ್ಲಿ ಇಲ್ಲಿ ವಿಶೇಷ ಪೂಜೆಗಳು, ಅಲಂಕಾರಗಳು ಮತ್ತು ಸೇವೆಗಳು ನಡೆಯುತ್ತವೆ. ಸಾಮಾನ್ಯವಾಗಿ ಎಲ್ಲ ದೇವಾಲಯಗಳಲ್ಲಿ ಸಿಗುವಂತಹ ಪ್ರಸಾದ ಇಲ್ಲಿ ಸಿಗುವುದಿಲ್ಲ. ಇಲ್ಲಿನ ಪ್ರಸಾದವೆಂದರೆ ನಿಂಬೆಹಣ್ಣು ಮತ್ತು ದಾರವಷ್ಟೇ.

ಕೋಲಾರಮ್ಮನಿಂದಾಗಿಯೇ ಈ ಊರಿಗೆ ಕೋಲಾರವೆಂಬ ಹೆಸರು ಬಂದಿದ್ದು, ಕೋಲಾರ ನಗರದಲ್ಲಿಯೇ ಇದೆ. ಹಾಗಾಗಿ ವಾಹನ ಅಥವಾ ಊಟ ತಿಂಡಿಯ ವ್ಯವಸ್ಥೆಯ ಬಗ್ಗೆ ಹೇಳುವುದೇ ಬೇಡ. ಕೋಲಾರ ನಗರಕ್ಕೆ ಭೇಟಿ ಕೊಟ್ಟಾಗ ಈ ದೇವಾಲಯವನ್ನು ನೋಡುವುದನ್ನು ಮಾತ್ರ ಮರೆಯಬೇಡಿ.

16

ಮದ್ದೂರು ಶ್ರೀ ವರದರಾಜ ಸ್ವಾಮಿ ದೇವಾಲಯ

ಬೆಂಗಳೂರು-ಮೈಸೂರು ರಸ್ತೆಯಲ್ಲಿ ಬರುವ ಊರುಗಳಾವುವು ಎಂದರೆ ರಾಮನಗರ,ಚನ್ನಪಟ್ಟಣ,ಮದ್ದೂರು,ಮಂಡ್ಯ ಎಂದು ಪಟಪಟನೆ ಹೇಳಿಬಿಡುತ್ತೇವೆ. ಒಂದಲ್ಲ ಒಂದು ದಿನವಾದರೂ ಕರ್ನಾಟಕದ ಪ್ರತಿಯೊಬ್ಬರೂ ಈ ರಸ್ತೆಯಲ್ಲಿ ಖಂಡಿತ ಸಂಚರಿಸಿಯೇ ಇರುತ್ತೇವೆ. ಈ ಎಲ್ಲಾ ಊರುಗಳೂ ಒಂದಲ್ಲ ಒಂದಕ್ಕೆ ಪ್ರಸಿದ್ಧಿ ಪಡೆದಿದೆ. ಚನ್ನಪಟ್ಟಣ ಬೊಂಬೆಗಳಿಗೆ ಪ್ರಸಿದ್ಧಿಯಾದರೆ, ಮಂಡ್ಯ ಕಬ್ಬಿಗೆ ಪ್ರಸಿದ್ಧಿ. ಅಂತೆಯೇ ಮದ್ದೂರ್ ವಡೆಗೆ ಪ್ರಸಿದ್ಧಿ ನಮ್ಮ ಮದ್ದೂರು. ಪಾಳೆಯಗಾರರ ಕಾಲದಲ್ಲಿ ಯುದ್ಧಕ್ಕೆ ಬೇಕಾಗುವ ಮದ್ದು ಗುಂಡುಗಳನ್ನು ಇಲ್ಲಿ ಶೇಖರಿಸಿ ಇಡುತ್ತಿದ್ದರಿಂದ ಮದ್ದೂರು ಹೆಸರು ಬಂದಿದೆ ಎಂಬುದು ಪ್ರಚಲಿತ. ಇಂತಹ ಮದ್ದೂರಿನ ಪ್ರಸಿದ್ಧ ದೇವಾಲಯ ಇಲ್ಲಿನ ಉಗ್ರ ನರಸಿಂಹ. ಈ ದೇವಾಲಯದ ಬಗ್ಗೆ ಮುಂದಿನ ಸಂಚಿಕೆಯೊಂದರಲ್ಲಿ ಬರೆಯುತ್ತೇನೆ. ಈ ಉಗ್ರನರಸಿಂಹ ದೇವಾಲಯದ ಸನಿಹದಲ್ಲೇ ಇರುವ ಇನ್ನೊಂದು ಇತಿಹಾಸ ಪ್ರಸಿದ್ಧ ದೇವಾಲಯವೇ ಶ್ರೀ ವರದರಾಜ ಸ್ವಾಮಿ ದೇವಾಲಯ. ಆ ದೇವಾಲಯದ ದರ್ಶನ ಮಾಡಿ ಬರೋಣ ಬನ್ನಿ.

ಹೊಯ್ಸಳ ದೊರೆಗಳಲ್ಲಿ ಅತಿ ಪ್ರಸಿದ್ಧ ದೊರೆಯದ ವಿಷ್ಣುವರ್ಧನರ ತಾಯಿಗೆ ಕಂಚಿಯಲ್ಲಿರುವ ಶ್ರೀ ವಾರದರಾಜಸ್ವಾಮಿಯ ಸೇವೆ ಮಾಡುವ

ಆಸೆಯಾಗುತ್ತದಂತೆ. ಆದರೆ ವಯಸ್ಸಾದ ತಾಯಿಯನ್ನು ಅಷ್ಟು ದೂರ ಪ್ರಯಾಣ ಮಾಡಿಸಿ ಕರೆದುಕೊಂಡು ಹೋಗಲು ರಾಜ ವಿಷ್ಣುವರ್ಧನನಿಗೆ ಮನಸ್ಸು ಬರಲಿಲ್ಲ. ಕಂಚಿಯಲ್ಲಿರುವ ಶಿಲ್ಪಿಗಳನ್ನೇ ಕರೆಸಿ, ಕಂಚಿಯ ವರದರಾಜ ಸ್ವಾಮಿಯನ್ನೇ ಯಥಾವತ್ತಾಗಿ ಹೋಲುವ ಮೂರ್ತಿಯನ್ನು ಇಲ್ಲಿಯೇ ಕೆತ್ತಿಸಿ, ಅಲ್ಲಿನ ದೇವಾಲಯದ ಶೈಲಿಯಲ್ಲೇ ಈ ದೇವಾಲಯವನ್ನು ನಿರ್ಮಿಸಿದರೆಂದೂ ಹೇಳಲಾಗುತ್ತದೆ. ದೃಷ್ಟಿದೋಷದಿಂದ ಬಳಲುತ್ತಿದ್ದ ರಾಜಾ ವಿಷ್ಣುವರ್ಧನ ತಾಯಿಯು ಈ ದೇವಾಲಯದಲ್ಲಿ ನಿರಂತರವಾಗಿ ದೇವರ ಸೇವೆಯನ್ನು ಮಾಡಿದ ಫಲವಾಗಿ ಆಕೆಗೆ ಮತ್ತೆ ದೃಷ್ಟಿ ಬಂದಿತು ಎಂದು ಹೇಳುತ್ತಾರೆ. ದೃಷ್ಟಿ ದೋಷವನ್ನು ನಿವಾರಣೆ ಮಾಡಿದ್ದರಿಂದ ಇವನನ್ನು ನೇತ್ರ ನಾರಾಯಣನೆಂದೂ ಕರೆಯುತ್ತಾರೆ. ಇವನಿಗೆ ಇರುವ ಇನ್ನೊಂದು ಹೆಸರು ಅಲ್ಲಾಳನಾಥ. ಜನರ ಅಳುವನ್ನು ಕೇಳಿಸಿಕೊಂಡು, ಅವರ ಕಷ್ಟಗಳನ್ನು ಪರಿಹರಿಸಿ, ಅವರ ಅಳುವನ್ನು ನಿಲ್ಲಿಸುತ್ತಾನಾದ್ದರಿಂದ ಅಲ್ಲಾಳನಾಥನೆಂಬ ಹೆಸರು ಬಂದಿದೆ ಎಂದೂ ಪ್ರತೀತಿ.

ಇನ್ನು ಪುರಾಣದ ಪ್ರಕಾರ ನೋಡಿದರೂ ಮದ್ದೂರಿಗೂ ಮಹಾಭಾರತದ ಅರ್ಜುನನಿಗೂ ಸಂಬಂಧವಿದ್ದುದು ಕಂಡುಬರುತ್ತದೆ. ಹಾಗಾಗಿಯೇ ಪುರಾಣದ ಪ್ರಕಾರ ಮದ್ದೂರನ್ನು ಅರ್ಜುನಪುರಿ ಎಂದು ಕರೆಯುತ್ತಿದ್ದರಂತೆ. ಅರ್ಜುನನು ಸಂಚರಿಸಿದ್ದ ಪುಣ್ಯಭೂಮಿ ಇದು ಎಂದು ಜನರ ನಂಬಿಕೆ.

ಹದಿನಾರು ಅಡಿ ಎತ್ತರವಿರುವ, ಶಂಖ, ಚಕ್ರ, ಗದಾ, ಪದ್ಮಧಾರಿಯಾಗಿರುವ ಸುಂದರ ವರದರಾಜರನ್ನು ನೋಡಲು ಪ್ರತಿದಿನ ನೂರಾರು ಭಕ್ತರು ಇಲ್ಲಿಗೆ ಬರುತ್ತಾರೆ. ಅದರಲ್ಲೂ ವಿಶೇಷವಾಗಿ ದೃಷ್ಟಿದೋಷವಿರುವವರು ಇಲ್ಲಿ ಬಂದು ಸ್ವಾಮಿಗೆ ಹರಕೆ ಹೊತ್ತು ಹೋಗುತ್ತಾರೆ. ಮದ್ದೂರು ವರದರಾಜ ಸ್ವಾಮಿಯ ಇನ್ನೊಂದು ವಿಶೇಷವೆಂದರೆ ಇಲ್ಲಿನ ಸುಂದರ ಕೆತ್ತನೆ. ಸಾಮಾನ್ಯವಾಗಿ ದೇವರ ಮೂರ್ತಿಗಳ ಮುಂಭಾಗ ಅಂದರೆ ಮುಖ, ಹೊಟ್ಟೆ, ಕೈ ಕಾಲುಗಳನ್ನು ಕೆತ್ತಿರುತ್ತಾರೆ. ವಿಗ್ರಹದ ಹಿಂಭಾಗದಲ್ಲಿ ಸಾಮಾನ್ಯವಾಗಿ ಅಷ್ಟಾಗಿ ಸೂಕ್ಷ್ಮ ಕೆತ್ತನೆಗಳಿರುವುದಿಲ್ಲ. ಆದರೆ ಈ ದೇವರ ಮೂರ್ತಿಯ ಹಿಂಭಾಗ ಅಂದರೆ ಬೆನ್ನಿನ ಭಾಗದಲ್ಲಿ ಕೂಡ ಸುಂದರವಾದ ಕೆತ್ತನೆಗಳಿವೆಯಂತೆ. ಅಷ್ಟೇ ಅಲ್ಲ, ಸೂಕ್ಷ್ಮವಾಗಿ ಗಮನಿಸಿದರೆ ಉಗುರುಗಳ ಸೂಕ್ಷ್ಮ ಕೆತ್ತನೆ ಕೂಡ ಕಾಣಸಿಗುತ್ತದೆ. ಹೊಯ್ಸಳ ಶೈಲಿಯ ಪುರಾತನ ವಾಸ್ತುಶಿಲ್ಪ, ದೇವಾಲಯದ ಪ್ರಕಾರದಲ್ಲಿರುವ ಕೆತ್ತನೆಗಳು, ಸುಂದರವಾದ ಪರಿಸರ - ಇವುಗಳೆಲ್ಲ ಸೇರಿ ಈ ದೇವಾಲಯದ ವೈಭವವನ್ನು ಮತ್ತಷ್ಟು ಹೆಚ್ಚಿಸಿವೆ. ಸ್ವಂತ ವಾಹನವಿಲ್ಲವಾದರೆ, ಬೆಂಗಳೂರು-ಮೈಸೂರು ಮಾರ್ಗವಾಗಿ ನಿತ್ಯ ಸಾವಿರಾರು ಬಸ್ಸುಗಳು ಸಂಚರಿಸುತ್ತವೆ. ಮದ್ದೂರು ಬಸ್

ನಿಲ್ದಾಣದಲ್ಲಿ ಇಳಿದು ಇಲ್ಲಿಂದ ಆಟೋ ರಿಕ್ಷಾ ಹತ್ತಿ ದೇವಾಲಯಕ್ಕೆ ಹೋಗಬಹುದು. ಮದ್ದೂರು ನಗರದಲ್ಲೇ ಇದು ಇರುವುದರಿಂದ, ಊಟ ತಿಂಡಿ ವ್ಯವಸ್ಥೆಗೆ ಬೇಕಾದಷ್ಟು ಹೋಟೆಲುಗಳಿವೆ. ಈ ದೇವಾಲಯವನ್ನು ನೋಡಿಕೊಂಡು ಶ್ರೀರಂಗಪಟ್ಟಣದ ಕಡೆ ಪ್ರಯಾಣ ಮುಂದುವರೆಸಬಹುದು.

17

ಪೆರ್ಣಂಕಿಲ ಶ್ರೀ ಗಣಪತಿ ದೇವಾಲಯ

ಪೆರ್ಣಂಕಿಲ, ಉಡುಪಿ

ರಾಮಾಯಣದಲ್ಲಿ ಜನಕಮಹಾರಾಜ ನೆಲವನ್ನು ಉಳುತ್ತಿದ್ದಾಗ ನೇಗಿಲಿಗೆ ಸಿಕ್ಕಿ ಸೀತಾದೇವಿ ಜನಿಸಿದ ಕತೆ ನಮಗೆಲ್ಲಾ ಗೊತ್ತೇ ಇದೆ. ಅದೇ ರೀತಿ ನೆಲ ಉಳುವಾಗ ನೇಗಿಲಿಗೆ ಸಿಕ್ಕಿ ಉದ್ಭವಿಸಿರುವ ಗಣಪತಿಯ ಬಗ್ಗೆ ಕೇಳಿದ್ದೀರಾ?ಹಾಗಿದ್ದರೆ ನೀವು ಉಡುಪಿಯ ಬಳಿಯಿರುವ ಪೆರ್ಣಂಕಿಲ ಗಣಪತಿಯನ್ನು ನೋಡಬೇಕು.

ಉಡುಪಿ ಕೃಷ್ಣನ ದೇವಾಲಯ ನೋಡಿಯಾಯ್ತು. ಮುಂದೆ ಇನ್ನೊಂದು ಊರಿಗೆ ಹೋಗೋಣ ಎಂದು ನೀವು ನಿಮ್ಮ ಪ್ರಯಾಣವನ್ನು ಮುಂದುವರೆಸುವ ಮುನ್ನ ಕ್ಷಣ ಹೊತ್ತು ನಿಧಾನಿಸಿ. ಉಡುಪಿಯಿಂದ ಕೇವಲ ಹದಿನೈದು-ಇಪ್ಪತ್ತು ಕಿಲೋಮೀಟರ್ ದೂರದಲ್ಲಿ ನೀವು ತಪ್ಪದೆ ನೋಡಲೇಬೇಕಾದ ಇನ್ನೊಂದು ಕ್ಷೇತ್ರವಿದೆ. ಅದುವೇ ಪೆರ್ಣಂಕಿಲ ಶ್ರೀ ಗಣಪತಿ ದೇವಾಲಯ. ಪೆರ್ಣ ಎಂಬ ರೈತ ಹೊಲವನ್ನು ಉಳುತ್ತಿದ್ದಾಗ ನೇಗಿಲಿಗೆ ಏನೋ ಸಿಕ್ಕಂತಾಯಿತು. ಏನೆಂದು ನೋಡಲು ಅಲ್ಲೊಂದು ಗಣೇಶನ ವಿಗ್ರಹ ಕಂಡಿತು. ನೇಗಿಲಿಗೆ ಸಿಕ್ಕಿ ಗಾಯಗೊಂಡು ಆ ವಿಗ್ರಹದಿಂದ ರಕ್ತ ಸುರಿಯಹತ್ತಿತ್ತು. ಭಯಗೊಂಡ ಪೆರ್ಣ ನೇರ ಮನೆಗೆ ಹೋದ. ಅಂದಿನ ರಾತ್ರಿ ಅವನ ಸ್ವಪ್ನದಲ್ಲಿ ಗಣಪತಿಯು ಕಾಣಿಸಿಕೊಂಡು, ಎರಡು ದೊಡ್ಡ ಬುಟ್ಟಿಯನ್ನು ಒಂದನ್ನು ವಿಗ್ರಹದ ಮೇಲೂ, ಮತ್ತೊಂದನ್ನು ಅಲ್ಲಿನ ಶಿವನ ದೇವಾಲಯದಲ್ಲೂ ಮುಚ್ಚಲು ಹೇಳಿದನು. ಮಾರನೇ ದಿನ ಅದರಂತೆಯೇ

ಮಾಡಲು, ಉಳುವ ಜಾಗದಲ್ಲಿ ಕಂಡಿದ್ದ ವಿಗ್ರಹವು ಅಲ್ಲಿಂದ ಮಾಯವಾಗಿ ಶಿವನ ದೇವಾಲಯದ ಬಳಿಯ ಕೊಳದಲ್ಲಿ ಪ್ರತ್ಯಕ್ಷವಾಗಿತ್ತು. ಈ ರೀತಿಯಾಗಿ ತನ್ನಿಂತಾನೇ ಉದ್ಭವವಾಗಿರುವ ಮೂರ್ತಿ ಇದು ಎಂದು ಎಲ್ಲರ ನಂಬಿಕೆ. ಪೆರ್ಣನಿಂದಾಗಿ ಆ ಗಣೇಶ ಸಿಕ್ಕನಾದ್ದರಿಂದ ಆ ಸ್ಥಳಕ್ಕೆ ಪೆರ್ಣಂಕಿಲ ಎಂದೇ ಹೆಸರಾಯಿತು.

ಗಣೇಶನ ದೇವಾಲಯ ಮತ್ತು ಅದಕ್ಕೆ ಹೊಂದಿಕೊಂಡಂತೆ ಗಣೇಶನ ತಂದೆ ಈಶ್ವರನ ದೇವಾಲಯ ಎರಡೂ ಒಂದೇ ಕಡೆ ಇರುವ ಕ್ಷೇತ್ರಗಳು ಬಹಳ ಕಡಿಮೆ. ಅಂತಹ ವಿಶಿಷ್ಟ ಕ್ಷೇತ್ರಗಳಲ್ಲಿ ಒಂದು ಈ ಪೆರ್ಣಂಕಿಲ. ಎರಡೂ ದೇವಾಲಯಗಳೂ ಒಂದೇ ಕಡೆ ಇದ್ದರೂ ಈಶ್ವರ ಮತ್ತು ಗಣೇಶ ವಿರುದ್ಧ ದಿಕ್ಕಿನಲ್ಲಿ ಇರುವುದು ಇಲ್ಲಿನ ಇನ್ನೊಂದು ವಿಶೇಷ. ಪೂರ್ತಿ ಗಣೇಶನ ವಿಗ್ರಹವನ್ನು ನೋಡಲಾಗದು. ಸ್ವಲ್ಪ ಭಾಗ ಮಾತ್ರ ಮೇಲೆ ಕಾಣುತ್ತದೆ. ಇನ್ನುಳಿದ ಭಾಗ ಭೂಮಿಯ ಒಳಭಾಗದಲ್ಲಿದೆ ಎಂದು ಕೆಲವರು ಹೇಳುತ್ತಾರೆ.

ಸುಮಾರು ಒಂದೂವರೆ ಸಾವಿರಕ್ಕೂ ಹೆಚ್ಚು ವರ್ಷಗಳ ಹಿಂದಿನ ಇತಿಹಾಸ ಈ ದೇವಾಲಯಕ್ಕಿದೆ. ಬಹಳ ಹಿಂದಿನ ಕಾಲದಲ್ಲಿ ಶಿವಭಕ್ತನಾಗಿದ್ದ ರಾಕ್ಷಸನೊಬ್ಬ ಈ ದೇವಾಲಯವನ್ನು ಕಟ್ಟಿದನು ಎಂದೂ ಕೂಡ ಹೇಳಲಾಗುತ್ತದೆ. ಉದ್ಭವವಾಗಿರುವ ಗಣೇಶನಿರುವ ಕೆಲವೇ ಕ್ಷೇತ್ರಗಳಲ್ಲಿ ಈ ಕ್ಷೇತ್ರವೂ ಒಂದು ಎಂಬುದು ಇದರ ಇನ್ನೊಂದು ವಿಶೇಷ. ಬಹಳ ಹಿಂದಿನ ಕಾಲದ ವಿನ್ಯಾಸದ ದೇವಾಲಯದ ಸೊಬಗು ಕಣ್ಣಿಗೆ ಆನಂದವನ್ನುಂಟು ಮಾಡುತ್ತದೆ. ಬೇಡಿದ್ದನ್ನು ಕ್ಷಣಮಾತ್ರದಲ್ಲೇ ಈ ಗಣಪತಿ ನೀಡುತ್ತಾನೆ ಎಂಬ ನಂಬಿಕೆಯು ಕೂಡ ಭಕ್ತರಲ್ಲಿದೆ. ಶಿವರಾತ್ರಿ, ಗಣೇಶ ಚತುರ್ಥಿ, ಸಂಕಷ್ಟಹರ ಚತುರ್ಥಿ ಸೇರಿದಂತೆ ವಿಶೇಷ ದಿನಗಳಲ್ಲಿ ವಿಶೇಷವಾದ ಪೂಜೆ, ಅಲಂಕಾರ, ಸೇವೆಗಳಿರುತ್ತವೆ. ಸಾವಿರಾರು ಭಕ್ತರು ಈ ವಿನಾಯಕ ಮತ್ತು ಶಿವನನ್ನು ನೋಡಲು ರಾಜ್ಯದ ಮೂಲೆಮೂಲೆಗಳಿಂದ ಬರುತ್ತಾರೆ.

ಉಡುಪಿಯ ಪೇಜಾವರ ಮಠದ ಆಡಳಿತಕ್ಕೆ ಒಳಪಟ್ಟಿರುವ ಈ ದೇವಾಲಯದಲ್ಲಿ ಪೇಜಾವರ ಮಠದ ವತಿಯಿಂದ ಪ್ರತಿದಿನ ಪೂಜಾ ಕೈಂಕರ್ಯಗಳನ್ನು ನಡೆಸಲಾಗುತ್ತಿದೆ. ಪೇಜಾವರ ಮಠದ ವತಿಯಿಂದ ಪ್ರತಿದಿನ ಅನ್ನ ಸಂತರ್ಪಣೆಯೂ ಕೂಡ ನಡೆಯುತ್ತಿದೆ. ಉಡುಪಿಗೆ ತುಂಬಾ ಹತ್ತಿರದಲ್ಲಿದ್ದು, ನೀವು ಸ್ವಂತ ವಾಹನದಲ್ಲಿ ಉಡುಪಿಗೆ ಹೋಗಿದ್ದೀರಾದರೆ ಉಡುಪಿಯಿಂದ ಕೇವಲ ಇಪ್ಪತ್ತು ನಿಮಿಷದ ಪ್ರಯಾಣ ನೀವು ಪೆರ್ಣಂಕಿಲವನ್ನು ತಲುಪಬಹುದು.

18

ಗೊರೂರು ಯೋಗನರಸಿಂಹ ಸ್ವಾಮಿ ದೇವಾಲಯ

ಗೊರೂರು, ಹಾಸನ

ಗೊರೂರು ರಾಮಸ್ವಾಮಿ ಅಯ್ಯಂಗಾರ್ ಹೆಸರು ಯಾರಿಗೆ ತಾನೇ ಗೊತ್ತಿಲ್ಲ? ಕನ್ನಡ ಸಾಹಿತ್ಯದ ಇತಿಹಾಸದ ಪುಟಗಳಲ್ಲಿ ಈ ಸಾಹಿತಿಯ ಹೆಸರು ಸುವರ್ಣಾಕ್ಷರಗಳಲ್ಲಿ ಕೆತ್ತಲ್ಪಟ್ಟಿದೆ. ಇಂತಿಪ್ಪ ರಾಮಸ್ವಾಮಿ ಅಯ್ಯಂಗಾರರು ಹುಟ್ಟಿದ ಊರೇ ಹಾಸನ ಜಿಲ್ಲೆಯ ಗೋರೂರು. ಹೇಮಾವತಿ ನದಿಯ ದಡದ ಮೇಲಿನ ಸುಂದರ ಪರಿಸರದಲ್ಲಿ ಇರುವ ಈ ಊರು ರಾಮಸ್ವಾಮಿ ಅಯ್ಯಂಗಾರರು, ಇಲ್ಲಿನ ಹೇಮಾವತಿ ನದಿಗೆ ಕಟ್ಟಲಾಗಿರುವ ಗೋರೂರು ಆಣೆಕಟ್ಟು ಮತ್ತು ಇಲ್ಲಿನ ಯೋಗ ನರಸಿಂಹ ಸ್ವಾಮಿ ದೇವಾಲಯ ಸೇರಿದಂತೆ ಹಲವು ವಿಷಯಗಳಿಗೆ ಕರ್ನಾಟಕದಾದ್ಯಂತ ಪ್ರಸಿದ್ಧಿ ಪಡೆದಿದೆ. ಇಲ್ಲಿನ ಯೋಗ ನರಸಿಂಹ ಸ್ವಾಮಿ ದೇವಾಲಯದ ದರ್ಶನವನ್ನು ಮಾಡಿ ಬರೋಣ ಬನ್ನಿ.

ಇಲ್ಲಿನ ಸ್ಥಳ ಪುರಾಣದ ಪ್ರಕಾರ, ಹೇಮಾವತಿ ನದಿಯ ದಡದಲ್ಲಿ ಗೋಕರ್ಣ ಋಷಿಯು ಪೂರ್ವ ದಿಕ್ಕಿನೆಡೆಗೆ ಮುಖಮಾಡಿ ಕುಳಿತು ನರಸಿಂಹನನ್ನು ಕುರಿತು ತಪಸ್ಸು ಮಾಡಿದರು. ಇವರ ತಪಸ್ಸಿಗೆ ಮೆಚ್ಚಿದ ನರಸಿಂಹ ಸ್ವಾಮಿಯು ಇವರಿಗೆ ಉದ್ಭವ ಮೂರ್ತಿಯ ಯೋಗನರಸಿಂಹ ರೂಪದಲ್ಲಿ ದರ್ಶನವನ್ನಿತ್ತರು. ಅಂದಿನಿಂದ ಈ ಸ್ಥಳಕ್ಕೆ ಗೋಕರ್ಣ ಋಷಿಯ ಹೆಸರಿನಲ್ಲಿ ಗೋಕರ್ಣ ಕ್ಷೇತ್ರ ಎಂದು

ಹೆಸರಿಸಲಾಯಿತು.ಇದಕ್ಕೆ ಶತರುದ್ರಯಾಗಪುರಿ ಎಂಬ ಇನ್ನೊಂದು ಹೆಸರು ಇದೆಯೆಂದೂ ಹೇಳಲಾಗುತ್ತದೆ. ಬರುಬರುತ್ತಾ ಆ ಗೋಕರ್ಣ ಕ್ಷೇತ್ರವೇ ಗೊರೂರು ಎಂದು ಬದಲಾಯಿತು.

ಅನಂತರ ಆ ಉದ್ಭವ ಮೂರ್ತಿಯ ಮೇಲೆ ಹುತ್ತವೊಂದು ಬೆಳೆಯಹತ್ತಿತು. ಕಾಲ ಕಳೆದಂತೆ ಇಡೀ ಉದ್ಭವ ಮೂರ್ತಿಯು ಆ ಹುತ್ತದಿಂದ ಮುಚ್ಚಿಹೋಯಿತು. ಒಮ್ಮೆ ದೊಡ್ಡ ನರಸಯ್ಯ ಮತ್ತು ಚಿಕ್ಕ ನರಸಯ್ಯ ಎಂಬ ಅಣ್ಣತಮ್ಮಂದಿರು ಬೇರೆಊರಿನಿಂದ ಈ ಊರಿಗೆ ಕೆಲಸದ ನಿಮಿತ್ತ ಬಂದು, ಈ ಜಾಗದಲ್ಲಿ ಮಲಗಿ ವಿಶ್ರಾಂತಿ ಪಡೆಯುತ್ತಿದ್ದಾಗ ಅಲ್ಲಿ ವಿಚಿತ್ರವೊಂದನ್ನು ಕಂಡರು. ಹಸುವೊಂದು ಆ ಹುತ್ತದ ಬಳಿ ಬಂದು ನಿಂತು, ಹುತ್ತದ ಒಳಕ್ಕೆ ಹಾಲು ಕರೆಯುತ್ತಿರುವುದನ್ನು ಕಂಡರು. ಈ ವಿಷಯವನ್ನು ಸ್ಥಳೀಯರಿಗೆ ತಿಳಿಸಿದ ಆ ಸೋದರರು, ಸ್ಥಳೀಯರೊಡನೆ ಬಂದು ಆ ಹುತ್ತವನ್ನು ಅಗೆದು ನೋಡಲು, ಅಲ್ಲಿ ಶ್ರೀ ಯೋಗನರಸಿಂಹ ಸ್ವಾಮಿಯ ದಿವ್ಯ ಮೂರ್ತಿಯನ್ನು ಕಂಡು ಆಶ್ಚರ್ಯಚಕಿತರಾದರು. ನಂತರ ಸ್ಥಳೀಯರ ನೆರವಿನಿಂದ ಆ ಪ್ರದೇಶವನ್ನೆಲ್ಲಾ ಸ್ವಚ್ಛಗೊಳಿಸಿ ಯೋಗಾನರಸಿಂಹ ಸ್ವಾಮಿಗೆ ದೇವಸ್ಥಾನವೊಂದನ್ನು ನಿರ್ಮಿಸಿದರು. ಇಂದಿಗೂ ಅವರ ಕುಟುಂಬದ ಸದಸ್ಯರು ದೇವಸ್ಥಾನದಲ್ಲಿ ವಿಶೇಷ ಪೂಜೆ ಸಲ್ಲಿಸುತ್ತಾರೆ. ಕಾಲಕ್ರಮೇಣ ಅರಕಲಗೂಡು ಪ್ರದೇಶವನ್ನು ಆಳುತ್ತಿದ್ದ ಅಂದಿನ ಪಾಳೇಗಾರರು ಆ ದೇವಾಲಯವನ್ನು ಇನ್ನಷ್ಟು ಹಸನುಗೊಳಿಸಿ, ಭವ್ಯವಾದ ಗುಡಿಯೊಂದನ್ನು ನಿರ್ಮಿಸಿದರು.

ಶಾಂತರೂಪದ ಈ ಯೋಗನರಸಿಂಹ ದೇವರ ಮೂರ್ತಿ ಸುಮಾರು ಆರು ಅಡಿ ಎತ್ತರವಿದ್ದು ಪಶ್ಚಿಮ ದಿಕ್ಕಿಗೆ ಮುಖಮಾಡಿರುವುದು ಇಲ್ಲಿನ ವಿಶೇಷ. ಪಶ್ಚಿಮ ದಿಕ್ಕಿಗೆ ಮುಖಮಾಡಿ ನಿಂತಿರುವ ದೇಶದ ಕೆಲವೇ ದೇವಾಲಯಗಳಲ್ಲಿ ಇದೂ ಕೂಡ ಒಂದು. ಗೋಕರ್ಣ ಮುನಿಗಳು ಪೂರ್ವದಿಕ್ಕಿಗೆ ಮುಖಮಾಡಿ ತಪಸ್ಸು ಮಾಡಿದ್ದರ ಬಗ್ಗೆ ಈಗಾಗಲೇ ಹೇಳಿದ್ದೇನಷ್ಟೆ. ಆ ಮುನಿಗಳಿಗೆ ಎದುರಾಗಿ ಅಂದರೆ ಪಶ್ಚಿಮ ದಿಕ್ಕಿನೆಡೆಗೆ ಮುಖಮಾಡಿ ನರಸಿಂಹಸ್ವಾಮಿಯು ಪ್ರತ್ಯಕ್ಷನಾದನು. ಹಾಗಾಗಿ ಇಂದಿಗೂ ಆ ಉದ್ಭವ ಮೂರ್ತಿಯು ಪಶ್ಚಿಮ ದಿಕ್ಕಿನೆಡೆಗೆ ಮುಖಮಾಡಿ ನಿಂತಿದೆ. ಕಪ್ಪು ಬಣ್ಣದ ಕಲ್ಲಿನ ಆ ಸುಂದರ ಮೂರ್ತಿಯ ವಿಗ್ರಹವನ್ನು ಎಷ್ಟು ನೋಡಿದರೂ ಸಾಲದೆಂಬುವಷ್ಟು ಅಂದವಾಗಿದೆ. ಈ ದೇವರಿಗೆ ಮೂರು ಕಣ್ಣುಗಳಿವೆ ಎಂದು ಕೂಡ ಹೇಳಲಾಗುತ್ತದೆ. ಹೊಯ್ಸಳರ ಶೈಲಿಯ ದೇವಾಲಯವೆಂದಮೇಲೆ ಶಿಲ್ಪಕಲೆಯ ಬಗ್ಗೆ ಕೇಳಬೇಕೆ? ಅದೂ ಬೇಲೂರು-ಹಳೇಬೀಡುಗಳ ಸನಿಹದಲ್ಲೇ ಇರುವ ಗೋರೂರು ದೇವಾಲಯದ ಗೋಡೆಗಳು

ಕೂಡ ಸುಂದರವಾದ ವರ್ಣಚಿತ್ರಗಳಿಂದ ಅಲಂಕೃತಗೊಂಡಿದೆ.ಹೇಮಾವತಿ ನದಿಯ ದಡದಲ್ಲಿ ಸುಂದರವಾದ ಹಸಿರು ಸಿರಿಯ ನಡುವೆ ಇರುವ ದೇವಾಲಯವನ್ನು ನೋಡಲು ರಾಜ್ಯದ ಮೂಲೆ ಮೂಲೆಗಳಿಂದ ಜನರು ಬರುತ್ತಾರೆ. ಇದು ಉದ್ಭವ ಮೂರ್ತಿಯಾಗಿರುವುದರಿಂದ ಸ್ವತಃ ನರಸಿಂಹಸ್ವಾಮಿಯೇ ಇದರಲ್ಲಿ ಆವಿರ್ಭವಿಸಿದ್ದಾನೆ. ಹಾಗಾಗಿ ಬೇಡಿದ ವರಗಳನ್ನು ನೀಡುತ್ತಾನೆ ಎಂಬುದು ಭಕ್ತರ ನಂಬಿಕೆ. ನರಸಿಂಹ ಜಯಂತಿ ಸೇರಿದಂತೆ ಇತರ ವಿಶೇಷ ದಿನಗಳಲ್ಲಿ ವಿಶೇಷ ಪೂಜೆ-ಅಲಂಕಾರಗಳು ನಡೆಯುತ್ತವೆ. ಪ್ರತಿವರ್ಷ ಮಾಘ ಮಾಸದ ರಥಸಪ್ತಮಿ ದಿನದಂದು ಸ್ವಾಮಿಗೆ ಭವ್ಯವಾದ ರಥೋತ್ಸವ ಸೇರಿದಂತೆ ವಿಶೇಷ ಉತ್ಸವಗಳು ನಡೆಯುತ್ತವೆ.

ಮುಂದಿನ ಸಲ ಹಾಸನದ ಕಡೆ ಬಂದಾಗ ಈ ದೇವಾಯವನ್ನು ಮತ್ತು ಇದರ ಸನಿಹದಲ್ಲೇ ಇರುವ ಗೊರೂರು ಆಣೆಕಟ್ಟು ಗಳನ್ನೂ ತಪ್ಪದೆ ನೋಡಿ.

19
ಶ್ರೀ ಕಾಲಭೈರವೇಶ್ವರ ದೇವಾಲಯ, ಸೀತಿ ಬೆಟ್ಟ

ಸೀತಿ ಬೆಟ್ಟ, ಕೋಲಾರ

ಚಿನ್ನದ ನಾಡು ಎಂದೇ ಪ್ರಸಿದ್ಧಿ ಪಡೆದ ಕೋಲಾರ ಜಿಲ್ಲೆ ಅನೇಕ ದೇವಾಲಯಗಳ ತವರೂರು. ಕೋಲಾರದ ಕೋಲಾರಮ್ಮ ದೇವಾಲಯದ ಬಗ್ಗೆ ಈಗಾಗಲೇ ಇದೇ ಅಂಕಣದಲ್ಲಿ ಬರೆದಿದ್ದೆ. ಕೋಲಾರ ಜಿಲ್ಲೆಯಲ್ಲಿರುವ ಇನ್ನೊಂದು ಇತಿಹಾಸ ಪ್ರಸಿದ್ಧ ಹಾಗು ಪುರಾಣ ಪ್ರಸಿದ್ಧ ದೇವಾಲಯವೊಂದಕ್ಕೆ ಇಂದು ಭೇಟಿ ಕೊಡೋಣ ಬನ್ನಿ. ಅದುವೇ ಸೀತಿ ಬೆಟ್ಟ ಎಂದು ಪ್ರಸಿದ್ಧಿ ಪಡೆದ ಶ್ರೀ ಕಾಲಭೈರವೇಶ್ವರ ದೇವಾಲಯ.

ಕೋಲಾರ ಜಿಲ್ಲೆಯ ವೇಮಗಲ್ ಬಳಿಯಿರುವ ಸೀತಿ ಬೆಟ್ಟದ ಶ್ರೀ ಭೈರವೇಶ್ವರ ಸ್ವಾಮಿಗೆ ಇಂದಿಗೂ ಸಾವಿರಾರು ಭಕ್ತರು ನಡೆದುಕೊಳ್ಳುತ್ತಾರೆ. ಬೇಡಿದ ಇಷ್ಟಾರ್ಥಗಳನ್ನು ಕೊಡುವ ಶಿವನ ಇನ್ನೊಂದು ಅವತಾರವೇ ಈ ಭೈರವೇಶ್ವರ ಎಂಬುದು ಭಕ್ತರ ನಂಬಿಕೆ. ಶಿವ ಮತ್ತು ಶಿವನ ಇನ್ನೊಂದು ಅವತಾರ ಕಾಲಭೈರವೇಶ್ವರನ ದೇವಾಲಯಗಳು ಇಲ್ಲಿವೆ. ಪುರಾಣದ ಪ್ರಕಾರ ಕೂಡ ಈ ಸ್ಥಳ ವಿಶೇಷ ಪ್ರಾಮುಖ್ಯತೆಯನ್ನು ಹೊಂದಿದೆ. ಮೋಹಿನಿ-ಭಸ್ಮಾಸುರರ ಕತೆಯನ್ನು, ಯಕ್ಷಗಾನ ರೂಪಕವನ್ನು ಖಂಡಿತ ನಾವೆಲ್ಲ ಕೇಳಿಯೇ ನೋಡಿಯೇ ಇರುತ್ತೇವೆ. ಅಸುರನಾದ ಭಸ್ಮಾಸುರನು ಶಿವನನ್ನು ಕುರಿತು ಅಖಂಡ ತಪಸ್ಸನ್ನು ಮಾಡುತ್ತಾನೆ. ಇವನ ಭಕ್ತಿಗೆ ಮೆಚ್ಚಿದ ಶಿವನು ಪ್ರತ್ಯಕ್ಷನಾಗಿ ಏನು ವರ ಬೇಕೆಂದು ಕೇಳಲು, ತಾನು ಯಾರ ತಲೆಯ ಮೇಲೆ ಕೈ ಇಡುತ್ತೇನೆಯೋ ಅವರು ತಕ್ಷಣ

ಸುಟ್ಟು ಭಸ್ಮವಾಗುವ ವರವನ್ನು ಕೇಳುತ್ತಾನೆ. ತಕ್ಷಣ ಶಿವ ಇವನ ಕೋರಿಕೆಯನ್ನು ಮನ್ನಿಸಿ ತಥಾಸ್ತು ಎಂದುಬಿಡುತ್ತಾನೆ. ವರಬಲದಿಂದ ಮದೋನ್ಮತ್ತನಾದ ಭಸ್ಮಾಸುರ ಶಿವನ ತಲೆಯ ಮೇಲೆಯೇ ಕೈ ಇಡಲು ನೋಡುತ್ತಾನೆ. ಪರಿಸ್ಥಿತಿಯ ತೀವ್ರತೆಯನ್ನು ಅರಿತ ಶಿವ ತಕ್ಷಣ ಅಲ್ಲಿಂದ ಓಟಕಿತ್ತು, ಗುಹೆಯೊಂದರ ಒಳಗೆ ಬಂದು ಅಡಗಿಕೊಳ್ಳುತ್ತಾನೆ. ಆ ಗುಹೆಯೇ ಇಂದಿನ ಸೀತಿ ಬೆಟ್ಟ. ಶಿವನನ್ನು ಹುಡುಕಿಕೊಂಡ ಬಂದ ಭಸ್ಮಾಸುರನು ಅಲ್ಲಿದ್ದ ರೈತನೊಬ್ಬನನ್ನು ಇಲ್ಲಿ ಯಾರಾದರೂ ಬಂದರಾ? ಎಂದು ಕೇಳಲು, ಆ ರೈತನು - "ಹೌದು. ಆ ಗುಹೆಯಲ್ಲಿ ಅಡಗಿದ್ದಾರೆ ನೋಡಿ" ಎಂದು ತನ್ನ ಹೆಬ್ಬೆರಳಿನಿಂದ ಈ ಗುಹೆಯನ್ನು ತೋರಿಸುತ್ತಾನೆ. ಇನ್ನೇನು ಭಸ್ಮಾಸುರ ಆ ಗುಹೆಯ ಬಳಿಗೆ ಬರುವಷ್ಟರಲ್ಲಿ ಮೋಹಿನಿ ರೂಪದಲ್ಲಿ ಬಂದ ವಿಷ್ಣುವು ಭಸ್ಮಾಸುರನನ್ನು ಸಂಹಾರ ಮಾಡುತ್ತಾನೆ ಎಂಬುದು ಪುರಾಣದ ಕತೆ.

ಶಿವನ್ನಿಡ ಗುಹೆಯನ್ನು ಭಸ್ಮಾಸುರನಿಗೆ ತೋರಿಸಿ, ಶಿವನ ಕೋಪಕ್ಕೆ ಈಡಾದ ಆ ರೈತ ಬಡತನಕ್ಕೆ ಸಿಕ್ಕು ತುಂಬಾ ಕಷ್ಟಪಡುತ್ತಾನೆ. ಹೀಗಿರಲು ಹಿರಿಯರೊಬ್ಬರು ಶಿವನ ಇನ್ನೊಂದು ಅವತಾರವಾದ ಕಾಲಭೈರವೇಶ್ವರನನ್ನು ಪೂಜಿಸುವಂತೆ ಆ ರೈತನಿಗೆ ಹೇಳುತ್ತಾರೆ. ಕಾಲಭೈರವೇಶ್ವರನ್ನು ಪೂಜಿಸಿ, ಭೈರವೇಶ್ವರನ ಆಜ್ಞೆಯಂತೆ ತನ್ನ ಹೆಬ್ಬೆರಳನ್ನು ಶಿವನಿಗೆ ಅರ್ಪಿಸಿ (ಏಕಲವ್ಯನ ರೀತಿಯಲ್ಲಿ), ತನ್ನ ತಪ್ಪನ್ನು ಮನ್ನಿಸೆಂದು ಬೇಡಿಕೊಳ್ಳಲು, ಶಿವನು ಆ ರೈತನ ತಪ್ಪನ್ನು ಮನ್ನಿಸಿ ಅವನನ್ನು ಅನುಗ್ರಹಿಸುತ್ತಾನೆ. ಮುಂದೆ ಆ ರೈತನ ವಂಶದ ಅನೇಕ ತಲೆಮಾರಿನವರು ಇಲ್ಲಿಗೆ ಬಂದು ಶಿವನಿಗೆ ಹೆಬ್ಬೆರಳು ಕೊಡುತ್ತಿದ್ದರೆಂದರೆ ನೀವು ನಂಬಲೇಬೇಕು.

ಈ ಬೆಟ್ಟ ಇಂದಿಗೂ ಅನೇಕ ವಿಚಿತ್ರಗಳಿಗೆ ಸಾಕ್ಷಿಯಾಗಿದೆ. ಸುಂದರವಾದ ಸಾಲಿಗ್ರಾಮ ಶಿಲೆಯ ರೂಪದ ಈ ವಿಗ್ರಹದ ರೀತಿ ಬೇರೆಲ್ಲೂ ವಿಗ್ರಹವಿಲ್ಲವೆಂಬುದು ಪ್ರತೀತಿ. ಇಲ್ಲಿನ ಇನ್ನೊಂದು ವಿಚಿತ್ರವೆಂದರೆ ಅದೆಷ್ಟೇ ಜೋರಾಗಿ ಮಳೆ ಸುರಿದರೂ ಕೂಡ ಈ ಬೆಟ್ಟದ ಮೇಲೆ ಬಿದ್ದ ನೀರು ಕೆಳಕ್ಕೆ ಹರಿದು ಬರುವುದಿಲ್ಲವಂತೆ. ಭಸ್ಮಾಸುರನ ಅಂಶ ಇರುವುದರಿಂದ ಬೆಟ್ಟದಲ್ಲಿಯೇ ನೀರು ಸುಟ್ಟು ಭಸ್ಮವಾಗುತ್ತದೆ ಎಂಬುದು ನಂಬಿಕೆ. ಬೆಂಗಳೂರಿನಿಂದ ಕೇವಲ ಸುಮಾರು ಎಪ್ಪತ್ತು ಕಿಲೋಮೀಟರ್ ದೂರವಿರುವ ಈ ಬೆಟ್ಟಕ್ಕೆ ನೂರಾರು ಪ್ರವಾಸಿಗರು ಭೇಟಿ ನೀಡುತ್ತಾರೆ. ಶಿವರಾತ್ರಿ ಸೇರಿದಂತೆ ವಿಶೇಷ ದಿನಗಳಲ್ಲಿ ವಿಶೇಷ ಪೂಜೆ ಅಲಂಕಾರ ನಡೆಯುತ್ತದೆ. ಭಕ್ತಾದಿಗಳಿಗೆ ಅನ್ನ ಸಂತರ್ಪಣೆಯ ವ್ಯವಸ್ಥೆ ಕೂಡ ಇಲ್ಲಿದೆ. ಬೆಂಗಳೂರಿನಿಂದ ಕೇವಲ ಒಂದೂವರೆ ಗಂಟೆಯ

ಪ್ರಯಾಣ ನೀವು ಈ ದೇವಾಲಯವನ್ನು ಸೇರಬಹುದು. ಬೆಂಗಳೂರಿಗೆ ಈ ಸಲ ಬಂದಾಗ ತಪ್ಪದೆ ಸೀತಿ ಬೆಟ್ಟದ ದರ್ಶನ ಮಾಡಿಕೊಂಡು ಹೋಗಿ.

20

ಮುರುಗಮಲೆ ಮುಕ್ತೀಶ್ವರ ದೇವಾಲಯ

ಮುರುಗಮಲೆ, ಚಿಕ್ಕಬಳ್ಳಾಪುರ ಜಿಲ್ಲೆ.

ಸಕಲ ಪಾಪಗಳನ್ನೂ ಪರಿಹರಿಸುವ ಗಂಗಾನದಿಯಲ್ಲಿ ಸ್ನಾನ ಮಾಡಬೇಕೆಂಬ ಅಭಿಲಾಷೆ ನಿಮಗಿದ್ದರೆ ಗಂಗಾನದಿ ಹರಿಯುವ ಉತ್ತರ ಭಾರತಕ್ಕೆ ಹೋಗಬೇಕಲ್ಲವೇ? ಅಷ್ಟು ದೂರ ಪ್ರಯಾಣ ಮಾಡದೇ, ಇಲ್ಲಿಯೇ ಅಂದರೆ ಕರ್ನಾಟಕದಲ್ಲೇ ಪವಿತ್ರ ಗಂಗಾನದಿಯ ಸ್ನಾನ ಮಾಡಬಹುದು. ಹೌದು. ಬರದ ನಾಡು ಕೋಲಾರ ಚಿಕ್ಕಬಳ್ಳಾಪುರ ಜಿಲ್ಲೆಗಳು ಅನೇಕ ಪುಣ್ಯಕ್ಷೇತ್ರಗಳ ತವರೂರು ಸಹ. ಅಂತಹ ಒಂದು ಪುಣ್ಯಕ್ಷೇತ್ರವೇ ಚಿಕ್ಕಬಳ್ಳಾಪುರ ಜಿಲ್ಲೆಯ ಚಿಂತಾಮಣಿ ತಾಲೂಕಿನ ಮುರುಗಮಲೆ ಮುಕ್ತೀಶ್ವರ ದೇವಾಲಯ. ಹಿಮಾಲಯದ ಗಂಗೋತ್ರಿಯಲ್ಲಿ ಹುಟ್ಟುವ ಗಂಗಾನದಿಯು ಭೂಗರ್ಭದ ಒಳಗಿನಿಂದ ಹರಿದು ಈ ಮುಕ್ತೇಶ್ವರ ಕ್ಷೇತ್ರಕ್ಕೆ ಬಂದು ಸೇರುತ್ತಾಳೆಂಬುದು ಪ್ರತೀತಿ. ಅಂತಹ ಪವಿತ್ರ ಗಂಗೆಯಿರುವ ಮುಕ್ತೀಶ್ವರ ದೇವಾಲಯದ ದರ್ಶನ ಮಾಡಿ ಬರೋಣ ಬನ್ನಿ.

ಬ್ರಹ್ಮಹತ್ಯಾ ದೋಷ ಪರಿಹಾರಕ್ಕಾಗಿ ಅರ್ಜುನನು ದ್ವಾಪರಯುಗದಲ್ಲಿ ಅನೇಕ ಸ್ಥಳಗಳನ್ನು ಸಂದರ್ಶಿಸಿ ಶಿವಲಿಂಗಗಳನ್ನು ಸ್ಥಾಪಿಸಿ, ಆ ಮೂಲಕ ಬ್ರಹ್ಮಹತ್ಯಾದೋಷವನ್ನು ಪರಿಹರಿಸಿಕೊಂಡನೆಂಬುದು ಪುರಾಣಗಳಲ್ಲಿನ ಕತೆಗಳಿಂದ ತಿಳಿದು ಬರುತ್ತದೆ. ಆ ರೀತಿ ಪ್ರಯಾಣ ಮಾಡುತ್ತಾ ಈ ಕ್ಷೇತ್ರಕ್ಕೆ ಬಂದ ಅರ್ಜುನನು ಇಲ್ಲಿ ಶಿವಲಿಂಗವೊಂದನ್ನು ಸ್ಥಾಪಿಸಿ ಪೂಜಿಸಿದನಂತೆ. ಅರ್ಜುನನ ಬ್ರಹ್ಮಹತ್ಯಾ ದೋಷವನ್ನು ಪರಿಹರಿಸಿ ಅವನಿಗೆ ಮುಕ್ತಿಯನ್ನು

ಕೊಡಿಸಿದ ಕಾರಣದಿಂದಾಗಿ ಈ ಶಿವಲಿಂಗಕ್ಕೆ ಮುಕ್ತೀಶ್ವರ ಎಂದೇ ಹೆಸರಾಯ್ತು. ಅರ್ಜುನನಿಂದ ಸ್ಥಾಪಿತವಾದ ಈ ಶಿವಲಿಂಗಕ್ಕೆ ಭಾರಧ್ವಾಜ ಮುನಿಗಳು ನಿರಂತರವಾಗಿ ಪೂಜೆ ಮಾಡುತ್ತಿದ್ದರು. ತಮ್ಮ ತಪಃ ಶಕ್ತಿಯಿಂದ ಪ್ರತಿದಿನ ಇಲ್ಲಿಂದ ಅಂದರೆ ಮುಕ್ತೀಶ್ವರದಿಂದ ಗಂಗಾನದಿಗೆ ಹೋಗಿ, ಅಲ್ಲಿ ಸ್ನಾನ ಮಾಡಿ ಮತ್ತೆ ತಮ್ಮ ತಪಃ ಶಕ್ತಿಯಿಂದಲೇ ಹಿಂದಿರುಗಿ ಬಂದು ಇಲ್ಲಿ ಧ್ಯಾನ ಮಾಡುತ್ತಿದ್ದರಂತೆ. ಇವರ ಕಷ್ಟವನ್ನು ಕಂಡ ಗಂಗಾಮಾತೆಯೇ ಹಿಮಾಲಯದಿಂದ ಭೂಮಿಯ ಒಳಗೆ ಸಾಗಿ, ಇಲ್ಲಿ ಆವಿರ್ಭವಿಸಿದಳು ಎಂಬುದು ಪುರಾಣದ ಕತೆ. ಇಂದಿಗೂ ಕೂಡ ಈ ಕ್ಷೇತ್ರದಲ್ಲಿರುವ ಸಣ್ಣ ಕುಂಡಿಕೆಯಲ್ಲಿ ನಿರಂತರವಾಗಿ ನೀರು ಹರಿದುಬರುತ್ತಲೇ ಇರುತ್ತದೆ. ಈ ನೀರು ಹಿಮಾಲಯದಲ್ಲಿ ಹುಟ್ಟುವ ಗಂಗಾನದಿಯಿಂದಲೇ ಇಲ್ಲಿಗೆ ಹರಿದುಬರುತ್ತಿದೆ ಎಂಬುದು ಭಕ್ತಾದಿಗಳ ನಂಬಿಕೆ. ಪ್ರತಿದಿನ ಈ ಪವಿತ್ರ ಗಂಗೆಯಲ್ಲಿ ಮೀಯಲೆಂದೇ ನೂರಾರು ಭಕ್ತಾದಿಗಳು ಈ ದೇವಾಲಯಕ್ಕೆ ಬರುತ್ತಾರೆ.

ಬೆಂಗಳೂರಿನಿಂದ ಸುಮಾರು 90 ಕಿ.ಮೀ.ದೂರದಲ್ಲಿರುವ ಈ ದೇವಾಲಯ ಸುಂದರವಾದ ಪರಿಸರದಲ್ಲಿ, ಬೆಟ್ಟವೊಂದರ ಮೇಲಿದೆ. ಮಧ್ಯದಲ್ಲಿ ಶಿವ, ಆಕಡೆ ಈಕಡೆ ಪಾರ್ವತೀ, ಸುಬ್ರಹ್ಮಣ್ಯ ಹಾಗು ಗಣೇಶ ದೇವಾಲಯಗಳಿವೆ. ಸುಂದರವಾದ ಪರಿಸರದಲ್ಲಿರುವ ಈ ದೇವಾಲಯವಾದ ಸೌಂದರ್ಯವನ್ನು ಸವಿಯುವುದೇ ಒಂದು ಆನಂದ. ಶಿವಾಲಯದ ಮುಂದೆ ಸಾಮಾನ್ಯವಾಗಿ ಒಂದು ನಂದಿ ಇರುವುದು ನಮಗೆಲ್ಲ ತಿಳಿದ ವಿಚಾರ. ಆದರೆ ಈ ದೇವಾಲಯದಲ್ಲಿರುವ ಶಿವನ ಮುಂದೆ, ಒಂದರ ಪಕ್ಕ ಒಂದರಂತೆ ಎರಡು ನಂದಿಗಳಿರುವುದು ಇಲ್ಲಿನ ವಿಶೇಷ. ಶಿವರಾತ್ರಿ ಸೇರಿದಂತೆ ವಿಶೇಷ ದಿನಗಳಲ್ಲಿ ವಿಶೇಷ ಪೂಜೆ-ಅಲಂಕಾರ ಇರುತ್ತದೆ. ಭಾರಧ್ವಾಜ ಮುನಿಗಳು ಪ್ರತಿಷ್ಠಾಪಿಸಿದರೆನ್ನಲಾದ ಸಪ್ತಮಾತೃಕೆಯರ ವಿಗ್ರಹಗಳೂ ಕೂಡ ಇಲ್ಲಿವೆ. ಕೆಟ್ಟ ಶಕುನಗಳನ್ನು ಈ ಸಪ್ತಮಾತೃಕೆಯರು ಪರಿಹರಿಸುತ್ತಾರೆನ್ನುವುದು ಜನರ ನಂಬಿಕೆ. ದೇವಾಲಯದ ಮುಂದೆ ಇರುವ ಮರಕ್ಕೆ ಹರಕೆಯನ್ನು ಕಟ್ಟಿ ಬೇಡಿಕೊಂಡರೆ ಯಾವುದೇ ಕೆಲಸವಾಗಲಿ ತೊಂದರೆಯಿಲ್ಲದೆ ನಡೆಯುತ್ತದೆ ಎಂಬುದು ಕೂಡ ಇಲ್ಲಿನ ನಂಬಿಕೆ. ದೇವಾಲಯದಲ್ಲಿ ಅನ್ನದಾನದ ವ್ಯವಸ್ಥೆಯಿದೆ. ಬೆಂಗಳೂರಿನಿಂದ ಒಂದೂವರೆ ಗಂಟೆಯ ಪ್ರಯಾಣ ಅಷ್ಟೇ. ಬೆಂಗಳೂರಿನಿಂದ ಬೆಳಿಗ್ಗೆ ಹೊರಟು ಸಂಜೆಗೆ ಮತ್ತೆ ಹಿಂದಿರುಗಿ ಬಂದುಬಿಡಬಹುದು. ಈ ದೇವಾಲಯವನ್ನು ನೋಡಿಲ್ಲವಾದರೆ ರಜಾದಿನವೊಂದರಲ್ಲಿ ತಪ್ಪದೇ ಈ ದೇವಾಲಯಕ್ಕೆ ಭೇಟಿ ಕೊಟ್ಟು, ಪವಿತ್ರ ಗಂಗೆಯಲ್ಲಿ ಸ್ನಾನ ಮಾಡಿ, ಶಿವನ ದರ್ಶನ ಮಾಡಿ ಬನ್ನಿ.

21
ಕೊಪ್ಪರ ಶ್ರೀ ಲಕ್ಷ್ಮೀ ನರಸಿಂಹಸ್ವಾಮಿ ದೇವಾಲಯ

ಕೊಪ್ಪರ, ರಾಯಚೂರು ಜಿಲ್ಲೆ

ಸನಾತನ ಧರ್ಮದ ಪ್ರಕಾರ ಮನುಷ್ಯನಿಗೂ ಪ್ರಕೃತಿಗೂ ಅವಿನಾಭಾವ ಸಂಬಂಧ. ಗಿಡ-ಮರ-ಪಶು-ಪಕ್ಷಿಗಳನ್ನೂ ಕೂಡ ದೇವರ ರೂಪವೆಂದು ಪೂಜಿಸುವ ಧರ್ಮವೆಂದರೆ ಅದು ಸನಾತನ ಧರ್ಮ. ವಿಷ್ಣುವಿನ ದಶಾವತಾರಗಳಲ್ಲಿ ಒಂದಾದ ನರಸಿಂಹ ಸ್ವಾಮಿಯನ್ನು ವೃಕ್ಷ ರೂಪದಲ್ಲಿ ಪೂಜಿಸುವ ದೇವಾಲಯವೊಂದು ಕರ್ನಾಟಕದಲ್ಲಿದೆ. ಅದೂ ರಾಯಚೂರು ಜಿಲ್ಲೆಯಲ್ಲಿ. ಹಾಗಾದರೆ ಆ ದೇವಾಲಯ ಯಾವುದು? ಅದರ ವಿಶೇಷತೆಗಳೇನು? ಈ ಸಂಚಿಕೆಯಲ್ಲಿ ನೋಡೋಣ ಬನ್ನಿ.

ರಾಯಚೂರು ಜಿಲ್ಲೆಯ ದೇವದುರ್ಗ ತಾಲೂಕಿನಲ್ಲಿ ಹರಿಯುವ ಕೃಷ್ಣಾ ನದಿಯ ಸುಂದರ ದಡದ ಮೇಲೆ ಸಾವಿರಾರು ವರ್ಷಗಳ ಹಿಂದೆ ಕಾರ್ಪರ ಎಂಬ ಋಷಿಗಳು ತಪಸ್ಸನ್ನು ಮಾಡುತ್ತಿದ್ದರಂತೆ. ಅವರ ಭಕ್ತಿಗೆ ಮೆಚ್ಚಿದ ನರಸಿಂಹ ಸ್ವಾಮಿಯು, ಸಮೀಪದಲ್ಲಿಯೇ ಇದ್ದ ಅಶ್ವತ್ಥ ವೃಕ್ಷದಲ್ಲಿ ದರ್ಶನವನ್ನಿತ್ತು, ಬೇಕಾದ ವರವನ್ನು ಕೇಳುವಂತೆ ಮುನಿಗಳನ್ನು ಕೇಳಿದರಂತೆ. ಸರ್ವಸಂಗ ಪರಿತ್ಯಾಗಿಯಾದ ಮುನಿಗಳು ತಮ್ಮ ಸ್ವಾರ್ಥಕಾಗಿ ಏನು ತಾನೇ ಕೇಳಿಯಾರು? "ಲೋಕಾಸಮಸ್ತಾ ಸುಖಿನೋಭವಂತು" ಎಂಬುದೇ ಅವರ ತತ್ವವಲ್ಲವೇ? ಹಾಗಾಗಿ, ಇದೇ ಅಶ್ವತ್ಥ

ವೃಕ್ಷದಲ್ಲಿ ತಾವು ಶಾಶ್ವತವಾಗಿ ನೆಲೆಸಿ, ಭಕ್ತರ ಕಷ್ಟಗಳನ್ನು ದೂರ ಮಾಡಬೇಕೆಂದು ಕೇಳಿಕೊಳ್ಳುತ್ತಾರೆ. ಕಾರ್ಪರ ಮುನಿಗಳಿಗೆ ತಥಾಸ್ತು ಎಂದು ಅಭಯವನ್ನಿತ್ತು, ಅಂದಿನಿಂದ ನರಸಿಂಹಸ್ವಾಮಿಯು ಆ ಅಶ್ವತ್ಥ ವೃಕ್ಷದಲ್ಲಿ ನೆಲೆಸಿದರೆಂಬುದು ಇಲ್ಲಿನ ಸ್ಥಳಪುರಾಣ.

ಹೀಗೆಯೇ ಅನೇಕ ವರ್ಷಗಳು ಕಳೆಯಲು, ಈ ಪ್ರದೇಶದಲ್ಲಿ ವಾಸವಿದ್ದ ಬ್ರಾಹ್ಮಣರೊಬ್ಬರ ಕನಸಿನಲ್ಲಿ ನರಸಿಂಹಸ್ವಾಮಿಯು ಬಂದು, ನಾನು ಈ ವೃಕ್ಷದಲ್ಲಿ ನೆಲೆಸಿದ್ದೇನೆ ಎಂದು ಹೇಳಿ ಮಾಯವಾಗುತ್ತಾರೆ. ಮರುದಿನ ಆ ಬ್ರಾಹ್ಮಣರು ಆ ಅಶ್ವತ್ಥ ವೃಕ್ಷದ ಬಳಿಗೆ ಹೋಗಿ, ಅದಕ್ಕೆ ವಂದಿಸಿ, ಅಂದಿನಿಂದ ಪ್ರತಿದಿನ ಪೂಜೆಯನ್ನು ಮಾಡತೊಡಗುತ್ತಾರೆ. ಒಮ್ಮೆ ಇದ್ದಕ್ಕಿದ್ದಂತೆ ಆ ಮರದಿಂದ ಸಾಲಿಗ್ರಾಮಗಳು ಹಾಗು 16 ತೋಳುಗಳುಳ್ಳ ಲಕ್ಷ್ಮೀನರಸಿಂಹ ಸ್ವಾಮಿಯ ಕಪ್ಪು ಶಿಲೆಯ ಸಾಲಿಗ್ರಾಮವು ಉದ್ಭವಿಸುತ್ತವೆ. ಇಂದಿಗೂ ಕೂಡ ಆ ಸಾಲಿಗ್ರಾಮಗಳನ್ನು ದೇವಾಲಯದಲ್ಲಿ ನಿರಂತರವಾಗಿ ಪೂಜಿಸಲಾಗುತ್ತಿದೆ.

ಮುಂದೆ ಬಿಜಾಪುರ ಸುಲ್ತಾನರ ಕಾಲದಲ್ಲಿ ಆ ಅಶ್ವತ್ಥ ವೃಕ್ಷಕ್ಕೆ ದೇವಾಲಯವನ್ನು ಕಟ್ಟಿಸಲಾಯಿತು. ಈ ದೇವಾಲಯ ಇರುವ ಸ್ಥಳದಲ್ಲಿ ಕೃಷ್ಣಾನದಿಯ ಜಲಪ್ರವಾಹ ಸರ್ವೇಸಾಮಾನ್ಯ. ಇಂದಿಗೂ ಎಷ್ಟೇ ಪ್ರವಾಹ ಬಂದರೂ ದೇವಾಲಯಕ್ಕಾಗಲೀ, ಅಶ್ವತ್ಥ ವೃಕ್ಷಕ್ಕಾಗಲೀ ಕಿಂಚಿತ್ತೂ ಹಾನಿಯಾಗದೇ ಇರುವುದು ಪವಾಡವೇ ಸರಿ. ಸ್ಥಳ ಪುರಾಣದ ಪ್ರಕಾರ ಕೃಷ್ಣಾ ನದಿಯಲ್ಲಿ ಒಮ್ಮೆ ವೆಂಕಟೇಶ್ವರ ಸ್ವಾಮಿಯ ವಿಗ್ರಹವೊಂದು ಸಿಕ್ಕಿತ್ತಂತೆ. ಆ ವಿಗ್ರಹವನ್ನೂ ಕೂಡ ಇದೆ ದೇವಾಲಯದ ಗರ್ಭಗುಡಿಯಲ್ಲಿ ಪ್ರತಿಷ್ಠಾಪಿಸಲಾಗಿದೆ. ಲಕ್ಷ್ಮೀನರಸಿಂಹ ಹಾಗು ವೆಂಕಟೇಶ್ವರ ಸ್ವಾಮಿ ಎರಡೂ ಒಂದೇ ಕಡೆ ಇರುವ ವಿರಳಾತಿವಿರಳ ದೇವಾಲಯಗಳಲ್ಲಿ ಇದೂ ಒಂದು.

ಹೀಗೆ ಬೇಡಿದ ಭಕ್ತರ ಇಷ್ಟಾರ್ಥಗಳನ್ನು ನೆರವೇರಿಸುವ ಈ ದೇವಾಲಯವಿರುವುದು ರಾಯಚೂರು ಜಿಲ್ಲೆಯ ದೇವದುರ್ಗ ತಾಲೂಕಿನಲ್ಲಿ. ಕಾರ್ಪರ ಮುನಿಗಳಿಂದಾಗಿ ಆ ಕ್ಷೇತ್ರಕ್ಕೆ ಕಾರ್ಪರ ಎಂದು ಹೆಸರಾಯಿತು. ಅದೇ ಕಾರ್ಪರ ಕ್ಷೇತ್ರ ಜನರ ಬಾಯಿಮಾತಿನಲ್ಲಿ ಮುಂದೆ ಕೊಪ್ಪರ ಎಂದು ಬದಲಾಯಿತು. ರಾಯಚೂರಿನಿಂದ ಸುಮಾರು 70 ಕಿಲೋಮೀಟರ್ ದೂರದ ಸುಂದರ ನದೀ ತೀರದಲ್ಲಿರುವ ಈ ದೇವಾಲಯದ ಸೌಂದರ್ಯ ಅದ್ಭುತವಾದುದು. ಸ್ವಂತ ವಾಹನದಲ್ಲಿ ಹೋಗುವುದು ಒಳಿತು. ಮಳೆಗಾಲದಲ್ಲಿ ಪ್ರವಾಹವಿದೆಯೇ ಎಂದು ಕೇಳಿ ತಿಳಿದುಕೊಂಡು ಪ್ರಯಾಣ ಮಾಡುವುದು ಉತ್ತಮ. ಮಂದಿನ ಬಾರಿ ರಾಯಚೂರಿಗೆ ಹೋದಾಗ ಈ ಕ್ಷೇತ್ರವನ್ನು ತಪ್ಪದೆ

ನೋಡಿಕೊಂಡು ಬನ್ನಿ.

22

ಭೂವಿವಾದಗಳನ್ನು ಪರಿಹರಿಸುವ ಶ್ರೀ ಭೂವರಾಹಸ್ವಾಮಿ ದೇವಾಲಯ

"ಕಲ್ಲಹಳ್ಳಿ, ಮಂಡ್ಯ ಜಿಲ್ಲೆ"

ಲೋಕಕಲ್ಯಾಣಕ್ಕಾಗಿ ಮಹಾವಿಷ್ಣುವು ಹತ್ತು ಅವತಾರಗಳನ್ನು ಎತ್ತಿದ್ದು ನಮಗೆಲ್ಲಾ ಗೊತ್ತೇ ಇದೆ. ಆ ಹತ್ತು ಅವತಾರಗಳ ಪೈಕಿ ಅತಿ ಹೆಚ್ಚು ಪೂಜಿಸಲ್ಪಡುವ ಅವತಾರಗಳೆಂದರೆ ರಾಮ,ಕೃಷ್ಣ ಮತ್ತು ನರಸಿಂಹ ಅವತಾರಗಳು. ಈ ಅವತಾರಗಳಿಗೆ ಸಂಬಂಧಿಸಿದಂತೆ ನೂರಾರು ಸಾವಿರಾರು ದೇವಾಲಯಗಳು ದೇಶದೆಲ್ಲೆಡೆ ವ್ಯಾಪಿಸಿವೆ. ಆದರೆ ಇನ್ನುಳಿದ ಅವತಾರಗಳಾದ ಪರಶುರಾಮ, ವರಾಹ, ಕೂರ್ಮ, ಮತ್ಸ್ಯ ಗಳ ದೇವಾಲಯಗಳು ಬಲು ವಿರಳ. ಭೂದೇವಿಯಯನ್ನು ಅಪಹರಿಸಿದ ಹಿರಣ್ಯಾಕ್ಷನನ್ನು ಸಂಹರಿಸಿ, ಭೂದೇವಿಯನ್ನು ಬಿಡುಗಡೆ ಮಾಡಿಸಿದ ಅವತಾರವೇ ವರಾಹಾವತಾರ. ಅಂತಹ ವರಾಹಸ್ವಾಮಿಗೆ ಭೂಮಿಯ ಮೇಲೆ ಪೂಜೆ ಸಲ್ಲಿಸುತ್ತಿರುವ ದೇವಾಲಯಗಳ ಸಂಖ್ಯೆ ಬೆರಳೆಣಿಕೆಯಷ್ಟೇ. ಆ ಕೆಲವೇ ಕೆಲವು ದೇವಾಲಯಗಳಲ್ಲಿ ಒಂದು ನಮ್ಮ

ಕರ್ನಾಟಕದಲ್ಲಿದೆ. ಅದೂ ಮಂಡ್ಯ ಜಿಲ್ಲೆಯಲ್ಲಿ. ಇಂದಿನ ದಿವ್ಯ ಸನ್ನಿಧಾನ ಸಂಚಿಕೆಯಲ್ಲಿ ಮಂಡ್ಯದಲ್ಲಿರುವ ಭೂವರಾಹ ಸ್ವಾಮಿಯ ದೇವಾಲಯದ ದರ್ಶನ ಮಾಡಿ ಬರೋಣ. ಬನ್ನಿ.

ಮಂಡ್ಯ ಜಿಲ್ಲೆಯ ಕೆ.ಆರ್.ಪೇಟೆ ತಾಲೂಕಿನಲ್ಲಿ ಸುಂದರವಾದ ಪರಿಸರದಲ್ಲಿ, ಹೇಮಾವತಿ ನದಿ ತೀರದಲ್ಲಿನ ಕಲ್ಲಹಳ್ಳಿ ಎನ್ನುವ ಪುಟ್ಟ ಗ್ರಾಮದಲ್ಲಿದೆ ಈ ದೇವಾಲಯ. ಈಗಾಗಲೇ ಹೇಳಿದಂತೆ ವಿಷ್ಣುವಿನ ಮೂರನೆಯ ಅವತಾರವಾದ ವರಾಹಸ್ವಾಮಿ ಇಲ್ಲಿನ ಆರಾಧ್ಯದೈವ. ಹೊಯ್ಸಳ ದೊರೆ ಮುಮ್ಮಡಿ ಬಲ್ಲಾಳನ ಕಾಲದಲ್ಲಿ ಅಗ್ರಹಾರದ ರೂಪದಲ್ಲಿ ಈ ಗ್ರಾಮವನ್ನು ನಿರ್ಮಿಸಿದರೆಂದು ಶಾಸನವೊಂದರಲ್ಲಿ ಉಲ್ಲೇಖವಾಗಿದೆ. ಆ ನಂತರ ಹೊಯ್ಸಳ, ವಿಜಯನಗರ ಹಾಗೂ ಮೈಸೂರು ಅರಸರ ಆಳ್ವಿಕೆಯ ಕಾಲದಲ್ಲಿ ಈ ದೇವಾಲಯವನ್ನು ಜೀರ್ಣೋದ್ಧಾರ ಮಾಡಲಾಯಿತು. ಕಾಲ ಕಳೆದಂತೆ ಅನೇಕ ರಾಜರು ಹಾಗು ಸರ್ಕಾರಗಳು ಈ ದೇವಾಲಯವನ್ನು ಇನ್ನಷ್ಟು ಜೀರ್ಣೋದ್ಧಾರ ಮಾಡಿದ್ದು, ಪ್ರತಿನಿತ್ಯ ನೂರಾರು ಭಕ್ತಾದಿಗಳನ್ನು ತನ್ನೆಡೆಗೆ ಆಕರ್ಷಿಸುತ್ತಿದೆ.

ದೊಡ್ಡ ಬೂದು ಕಲ್ಲಿನ ಇಟ್ಟಿಗೆಗಳಿಂದ ನಿರ್ಮಿಸಲಾದ ಈ ದೇವಾಲಯದ ಕಟ್ಟಡ ತುಂಬಾ ಆಕರ್ಷಕವಾಗಿದೆ. ಈ ದೇವಾಲಯವು ವಿಶಾಲವಾದ ಗರ್ಭಗುಡಿ ಸಭಾಂಗಣವನ್ನು ಹೊಂದಿದೆ. ದೇವಾಲಯದ ಒಳಹೊಕ್ಕೊಡನೆ ಸಭಾಂಗಣದ ಎದುರಿಗೆ ಇರುವ ಗರ್ಭಗುಡಿಯಲ್ಲಿರುವ ಸುಮಾರು 14 ಅಡಿ ಎತ್ತರದ ಸಾಲಿಗ್ರಾಮ ಶಿಲೆಯ ದೇವರ ಮೂರ್ತಿಯು ಎಂತಹವರನ್ನೂ ತನ್ನೆಡೆಗೆ ಆಕರ್ಷಿಸುತ್ತದೆ. ತನ್ನ ಬಲಗಾಲನ್ನು ಕೆಳಗೆ ಇರಿಸಿ, ಎಡತೊಡೆಯ ಮೇಲೆ ಭೂದೇವಿಯನ್ನು ಕುಳ್ಳಿರಿಸಿಕೊಂಡು, ಕೈಗಳಲ್ಲಿ ಶಂಖ-ಚಕ್ರ ಪದ್ಮ ಹಿಡಿದು ಕುಳಿತಿರುವ ಭಂಗಿಯಲ್ಲಿರುವ ವರಾಹಸ್ವಾಮಿಯನ್ನು ಇಲ್ಲಿ ಕಾಣಬಹುದು. ಮನೆ, ಹೊಲ, ಜಮೀನು, ಭೂಮಿಗೆ ಸಂಬಂಧಿಸಿದ ಯಾವುದೇ ರೀತಿಯ ವ್ಯಾಜ್ಯಗಳಿದ್ದರೂ ಈ ದೇವರಿಗೆ ಹರಕೆ ಹೊತ್ತರೆ ಕೈಗೂಡುತ್ತದೆ ಎಂಬುದು ಜನರ ನಂಬಿಕೆ. ಹೊಸಮನೆ ಕಟ್ಟಿಸುವ ಆಸೆಯಿದ್ದವರೂ ಕೂಡ ಈ ದೇವಾಲಯಕ್ಕೆ ಬಂದು ದೇವರಿಗೆ ಪೂಜೆ ಸಲ್ಲಿಸಿ, ಅದೇ ಇಟ್ಟಿಗೆಯನ್ನು ಮನೆಗೆ ತೆಗೆದುಕೊಂಡು ಹೋಗಿ, ಆ ಇಟ್ಟಿಗೆಯಿಂದ ಮನೆ ಕಟ್ಟಲು ಆರಂಭಿಸಿದರೆ ಗೃಹನಿರ್ಮಾಣ ಕಾರ್ಯ ನಿರ್ವಿಘ್ನವಾಗಿ ಕೈಗೂಡುತ್ತದೆ ಎಂಬ ನಂಬಿಕೆ ಚಾಲ್ತಿಯಲ್ಲಿದೆ. ಪ್ರತಿ ಶನಿವಾರ, ವರಾಹ ಜಯಂತಿ, ನರಸಿಂಹ ಜಯಂತಿ, ವೈಕುಂಠ ಏಕಾದಶಿ ಮತ್ತು ಇತರ ವಿಶೇಷ ದಿನಗಳಲ್ಲಿ ದೇವಾಲಯದಲ್ಲಿ ವಿಶೇಷ ಪೂಜೆ ಪುನಸ್ಕಾರಗಳು, ಉತ್ಸವಗಳು ಜರುಗುತ್ತವೆ. ಮೈಸೂರಿನಿಂದ ಸುಮಾರು ಐವತ್ತು ಕಿ.ಮೀ. ಮತ್ತು

ಮಂಡ್ಯ ಜಿಲ್ಲೆಯ ತಾಲೂಕು ಕೇಂದ್ರ ಕೆ.ಆರ್. ಪೇಟೆಯಿಂದ ಸುಮಾರು 20 ಕಿಲೋಮೀಟರ್ ದೂರದಲ್ಲಿದ್ದು, ಉತ್ತಮ ರಸ್ತೆ ಸಂಪರ್ಕವನ್ನು ಹೊಂದಿದೆ. ಮನೆ ಕಟ್ಟುವ ಅಥವಾ ಭೂಮಿಗೆ ಸಂಬಂಧಿಸಿದ ಕೋರ್ಟ್ ಕೇಸುಗಳು ಅಥವಾ ವ್ಯಾಜ್ಯಗಳು ಇದ್ದರೆ ಖಂಡಿತ ತಪ್ಪದೆ ಈ ದೇವಾಲಯಕ್ಕೊಮ್ಮೆ ಭೇಟಿ ನೀಡಿ.

23
ರಾಮಾನುಜಾಚಾರ್ಯರು ಕಟ್ಟಿಸಿದ "ತಿರುಮಲ ಸಾಗರ"

"*ತೊಂಡನೂರು, ಮೈಸೂರು*"

ಕರ್ನಾಟಕವನ್ನು ಪುಣ್ಯಭೂಮಿಯೆಂದು ಸುಮ್ಮನೇ ಕರೆದದ್ದಲ್ಲ. ಅನೇಕ ಸಂಸ್ಥಾನಗಳು ಅನೇಕ ದೇವಾಲಯಗಳನ್ನು ಕಟ್ಟಿಸಿದ್ದರು. ಅನೇಕ ಯತಿಗಳು, ಜ್ಞಾನಿಗಳು ಈ ಪುಣ್ಯಭೂಮಿಯಲ್ಲಿ ಬದುಕಿದ್ದರು. ಅದರಲ್ಲಿಯೂ ಆಚಾರ್ಯತ್ರಯರೆಂದೇ ಕರೆಯಲ್ಪಡುವ ಶಂಕರ, ರಾಮಾನುಜ ಮತ್ತು ಮಧ್ವಾಚಾರ್ಯರಿಗೂ ಕರ್ನಾಟಕಕ್ಕೂ ವಿಶೇಷ ನಂಟಿದೆ. ವಿಶೇಷವೆಂದರೆ ದ್ವೈತ, ಅದ್ವೈತ, ವಿಶಿಷ್ಟಾದ್ವೈತ ಎಂಬ ವಿವಿಧ ಸಿದ್ಧಾಂತಗಳನ್ನು ಪ್ರತಿಪಾದಿಸಿದ ಮೂವರೂ ಆಚಾರ್ಯರೂ ತಮ್ಮ ಕರ್ಮಭೂಮಿಯನ್ನಾಗಿ ಆರಿಸಿಕೊಂಡದ್ದು ಕರ್ನಾಟಕವನ್ನೇ. ಶಂಕರಾಚಾರ್ಯರ ಕರ್ಮಭೂಮಿ ಮಲೆನಾಡಾದರೆ, ಮಧ್ವಾಚಾರ್ಯರದ್ದು ಕರಾವಳಿಯ ಉಡುಪಿ. ಇನ್ನು ರಾಮಾನುಜಾಚಾರ್ಯರ ಕರ್ಮಭೂಮಿ ಹಳೆ ಮೈಸೂರು ಪ್ರಾಂತ್ಯ. ಶಂಕರಾಚಾರ್ಯರು ಶೃಂಗೇರಿಯನ್ನು ಶಾರದಾಂಬೆಗೆ ಸೇವೆಗೈದರೆ, ಮಧ್ವಾಚಾರ್ಯರು ಉಡುಪಿಯಲ್ಲಿ ಕೃಷ್ಣನ ಸೇವೆ ಮಾಡಿದರು. ತಮಿಳುನಾಡಿನವರಾದರೂ ಕರ್ನಾಟಕಕ್ಕೆ ಬಂದ ರಾಮಾನುಜಾಚಾರ್ಯರು ಮೇಲುಕೋಟೆ ಎಂಬ ಇಡೀ ಪ್ರದೇಶವನ್ನೇ

ಪುಣ್ಯಭೂಮಿಯಾಗಿ ಮಾರ್ಪಡಿಸಿದರು. ರಾಮಾನುಜಾಚಾರ್ಯರು ಎಂದರೆ ನಮಗೆ ಮೊದಲು ನೆನಪಿಗೆ ಬರುವುದು ಮೇಲುಕೋಟೆಯಲ್ಲಿ ಅವರು ಸ್ಥಾಪಿಸಿದ ಚೆಲುವನಾರಾಯಣ ಸ್ವಾಮಿ. ಈ ಮೇಲುಕೋಟೆ ಚೆಲುವನಾರಾಯಣಸ್ವಾಮಿಯ ಬಗ್ಗೆ ಮತ್ತೊಂದು ಸಂಚಿಕೆಯಲ್ಲಿ ಬರೆಯುತ್ತೇನೆ. ಪ್ರಸ್ತುತ ಈ ಸಂಚಿಕೆಯಲ್ಲಿ ರಾಮಾನುಜಾಚಾರ್ಯರು ಸ್ಥಾಪಿಸಿದ ಕೆರೆಯೊಂದರ ಬಗ್ಗೆ ತಿಳಿದುಕೊಳ್ಳೋಣ ಬನ್ನಿ.

ಮೈಸೂರಿನಿಂದ ಸುಮಾರು 40 ಕಿ.ಮೀ ದೂರದಲ್ಲಿರುವ ತೊಂಡನೂರು ಎಂಬ ಗ್ರಾಮವೇ ಆ ಪುಣ್ಯಕ್ಷೇತ್ರ. ಅಲ್ಲಿ ತೊಂಡೆ ರಾಕ್ಷಸಿ ಎಂಬ ರಾಕ್ಷಸಿಯಿದ್ದಳಂತೆ. ತಮಿಳಿನಲ್ಲಿ ತೊಂಡೆ ಎಂದರೆ ಎಂದರೆ ಗಂಟಲು (ಕಂಠ) ಎಂದು ಅರ್ಥ. ಆ ರಾಕ್ಷಸಿಯ ಕಂಠ ದೊಡ್ಡದಾಗಿಯೂ, ಕರ್ಕಶವಾಗಿಯೂ ಇದ್ದುದ್ದರಿಂದ ತೊಂಡನೂರು ಎಂಬ ಹೆಸರು ಬಂದಿದೆಯಂತೆ. ಶಾಪವೊಂದಕ್ಕೆ ಒಳಗಾಗಿದ್ದ ಆ ರಕ್ಕಸಿ ಪ್ರಜೆಗಳಿಗೆ ತುಂಬಾ ಉಪದ್ರವ ಕೊಡುತ್ತಿದ್ದಳಂತೆ. ಅವಳ ಶಾಪವನ್ನು ರಾಮಾನುಜಾಚಾರ್ಯರು ತಮ್ಮ ತಪಃ ಶಕ್ತಿಯಿಂದ ಪರಿಹರಿಸಿದರು ಎಂಬುದು ಪ್ರಚಲಿತ ಸ್ಥಳೀಯ ಕತೆಗಳಿಂದ ತಿಳಿದುಬರುತ್ತದೆ. ಆನಂತರ ಅಲ್ಲಿನ ಸ್ಥಳೀಯರ ಬೇಡಿಕೆಯಂತೆ ರಾಮಾನುಜಾಚಾರ್ಯರು ಅಲ್ಲಿಯೇ ನೆಲೆಸಿ ನಂಬಿ ನಾರಾಯಣನನ್ನು ಪ್ರತಿಷ್ಠಾಪಿಸಿ, ನಿತ್ಯ ಪೂಜೆಯನ್ನು ನಡೆಸುತ್ತಿರುತ್ತಾರೆ.

ಹೀಗಿರುವಾಗ ಅಲ್ಲಿನ ಜನರು ಕುಡಿಯುವ ನೀರಿಗಾಗಿ ಪರಿತಪಿಸುವುದನ್ನು ಕಂಡ ಆಚಾರ್ಯರು ಸಮೀಪದಲ್ಲಿ ನೀರಿನ ಮೂಲವನ್ನು ಹುಡುಕಲು ಶುರು ಮಾಡಿ, ಜಾಗವೊಂದನ್ನು ಗುರ್ತಿಸಿ, ಅಲ್ಲಿ ಬಾವಿಯೊಂದನ್ನು ತೋಡುವಂತೆ ಸ್ಥಳೀಯರಿಗೆ ಹೇಳುತ್ತಾರೆ. ಆಚಾರ್ಯರ ಅಣತಿಯಂತೆ ಅಲ್ಲಿ ಬಾವಿಯನ್ನು ತೋಡಲು, ಬಾವಿಯಿಂದ ನೀರು ಮೇಲೆ ಉಕ್ಕಲು ಪ್ರಾರಂಭಿಸುತ್ತದೆ. ಎಷ್ಟು ನೀರು ಉಕ್ಕುತ್ತದೆಂದರೆ ಆ ಬಾವಿಯಿಂದ ಹೊರಬಂದ ನೀರು ನೋಡ ನೋಡುತ್ತಲೇ ಒಂದು ದೊಡ್ಡ ಕೆರೆಯಷ್ಟಾಗುತ್ತದೆ. ಇನ್ನೂ ಬೆಳೆಯುತ್ತಾ ಒಂದು ನದಿಯಷ್ಟಾಗುತ್ತದೆ. ರಾಮಾನುಜಾಚಾರ್ಯರು ಆ ಕೆರೆಗೆ "ತಿರುಮಲ ಸಾಗರ"ವೆಂದೇ ನಾಮಕರಣ ಮಾಡುತ್ತಾರೆ. ರಾಮಾನುಜಾಚಾರ್ಯರಿಂದ ನಿರ್ಮಿಸಲ್ಪಟ್ಟಿದ್ದರಿಂದ ಈ ಕೆರೆಯ ನೀರು ಅನೇಕ ಪಾಪಗಳನ್ನು ಪರಿಹರಿಸುತ್ತದೆ ಎಂಬುದು ಇಂದಿಗೂ ಜನರ ನಂಬಿಕೆ. ಬಿಟ್ಟಿಗ ಅಥವಾ ಬಿಟ್ಟಿದೇವ ಅಥವಾ ವಿಷ್ಣುವರ್ಧನ ನೆಂಬ ರಾಜನ ಬಗ್ಗೆ ನಮಗೆಲ್ಲ ಗೊತ್ತೇ ಇದೆ ಅಲ್ಲವೇ? ಈ ರಾಜನ ಮೂಲ ಹೆಸರು ಬಿಟ್ಟಿಗ ಅಥವಾ ಬಿಟ್ಟಿದೇವ. ಅವನ ಮಗಳಿಗೆ ವಿಚಿತ್ರವಾದ ಕಾಯಿಲೆ ಬಂದು ಯಾವ ಪಂಡಿತರೂ ಗುಣಪಡಿಸಲಾರದ ಸ್ಥಿತಿಗೆ ತಲುಪುತ್ತದೆ.

ಆಗ ಆಸ್ಥಾನ ಜ್ಯೋತಿಷಿಯರ ಸಲಹೆಯ ಮೇರೆಗೆ ತನ್ನ ಮಗಳನ್ನು ಕರೆದುಕೊಂಡು ಬಿಟ್ಟಿದೇವನು ರಾಮಾನುಜಾಚಾರ್ಯರ ಬಳಿಗೆ ಬರುತ್ತಾರೆ. ಆ ಹೆಣ್ಣುಮಗುವಿಗೆ ತಿರುಮಲ ಸಾಗರದ ನೀರಿನಲ್ಲಿ ಮಿಂದು, ದೇವರ ಸೇವೆ ಮಾಡುವಂತೆ ಆಚಾರ್ಯರು ಹೇಳುತ್ತಾರೆ. ಅದರಂತೆ ಆಕೆ ಮಾಡಲು, ಕಾಯಿಲೆ ಸಂಪೂರ್ಣ ವಾಸಿಯಾಗುತ್ತದೆ. ಅಂದಿನಿಂದ ರಾಮಾನುಜಾಚಾರ್ಯರ ಶಿಷ್ಯರಾಗಿ ವೈಷ್ಣವ ಮತಕ್ಕೆ ಮತಾಂತರಗೊಂಡು ತನ್ನ ಹೆಸರನ್ನು "ವಿಷ್ಣುವರ್ಧನ"ನೆಂದು ಬದಲಾಯಿಸಿಕೊಂಡನೆಂಬುದು ಇಲ್ಲಿನ ಇತಿಹಾಸ.

ಈ ಕೆರೆಯ ಇನ್ನೊಂದು ವಿಶೇಷವೆಂದರೆ ಎಂತಹ ಬರಗಾಲವೇ ಬರಲಿ, ಈ ಕೆರೆಯ ನೀರು ಎಂದೂ ಬತ್ತುವುದೇ ಇಲ್ಲ. ಸ್ಥಳೀಯ ಕತೆಗಳ ಪ್ರಕಾರ, ಒಂದಷ್ಟು ಜನರು ಪಂಪ್ ಸೆಟ್ ಮೂಲಕ ಈ ನೀರನ್ನು ಹೊರತೆಗೆಯಲು ಪ್ರಯತ್ನಿಸಿದರಂತೆ. ಒಂದು ಹತ್ತು ಕೊಡ ನೀರು ಬರುವಷ್ಟರಲ್ಲಿಯೇ ಜೋಡಿಸಿದ್ದ ಅಷ್ಟೂ ಹೊಸ ಪಂಪ್ ಸೆಟ್ಟುಗಳೂ ಕೆಟ್ಟುಹೋದವಂತೆ. ಹಾಗಾಗಿ ಇದು ದೇವರ ವಿಚಿತ್ರ ಸೃಷ್ಟಿ ಎಂಬುದು ಇಲ್ಲಿನ ಜನರ ನಂಬಿಕೆ. ಈ ಕೆರೆಯ ನೀರು ಅನೇಕ ಪಾಪಗಳನ್ನು ಪರಿಹರಿಸಬಲ್ಲದು. ಈ ಬಾರಿ ಮೈಸೂರಿಗೆ ಬಂದಾಗ ತಪ್ಪದೆ ತೊಂಡನೂರು ಕೆರೆಯ ನೀರಿನಲ್ಲಿ ಮಿಂದು ನಂಬಿ ನಾರಾಯಣನ ದರ್ಶನ ಮಾಡಿ ಹೋಗಿ. ಪಾಂಡವಪುರದಿಂದ ಹತ್ತು , ಮೈಸೂರಿನಿಂದ ಸುಮಾರು ನಲ್ವತ್ತು ಕಿ.ಮೀ. ದೂರದಲ್ಲಿರುವ ತೊಂಡನೂರಿಗೆ ಉತ್ತಮ ರಸ್ತೆ ವ್ಯವಸ್ಥೆಯಿದೆ. ನಂಬಿನಾರಾಯಣ, ಮೇಲುಕೋಟೆ, ಗೋಪಾಲಸ್ವಾಮಿ, ವೆಂಕಟೇಶ್ವರ ಸೇರಿದಂತೆ ಅನೇಕ ದೇವಾಲಯಗಳು ಸನಿಹದಲ್ಲೇ ಇರುವುದರಿಂದ ಸ್ವಂತ ವಾಹನದಲ್ಲಿ ಬರುವುದು ಒಳಿತು.

24

ನರಹರಿ ಪರ್ವತ, ದಕ್ಷಿಣ ಕನ್ನಡ

ಮಹಾಭಾರತದ ಕುರುಕ್ಷೇತ್ರದಲ್ಲಿ ನಡೆದ ಮಹಾಕದನದಲ್ಲಿ ದುರ್ಯೋಧನಾದಿಗಳ ಸಹಿತ ಅಪಾರ ಪ್ರಮಾಣದ ಕೌರವರ ಸೈನ್ಯವನ್ನು ಸೋಲಿಸಿ ಪಾಂಡವರು ವಿಜಯದ ನಗೆ ಬೀರಿದರು. ಕದನಭೂಮಿಯಲ್ಲಿ ನಡೆದ ಮಾರಣಹೋಮದ ಪಾಪ ಪರಿಹಾರದ ಸಲುವಾಗಿ ಪಾಂಡವರು ಕೃಷ್ಣನ ಸಹಿತ ಭಾರತದ ಅನೇಕ ಪುಣ್ಯಕ್ಷೇತ್ರಗಳನ್ನು ಸಂಚರಿಸಿ, ಶಿವಾಲಯಗಳನ್ನು ಪ್ರತಿಷ್ಠಾಪಿಸಿ ಪೂಜಿಸಿದರು. ಅಂತಹ ಒಂದು ದೇಗುಲವೇ ನಮ್ಮ ಇಂದಿನ ಸಂಚಿಕೆಯ ವಿಷಯ. ಮಂಗಳೂರಿನಿಂದ ಸುಮಾರು ಮೂವತ್ತು ಕಿಲೋಮೀಟರ್ ದೂರದ ನರಹರಿ ಪರ್ವತದ ಮೇಲೆ ನರನಾದ ಅರ್ಜುನ ಮತ್ತು ಹರಿಯಾದ ಕೃಷ್ಣನಿಂದ ಪ್ರತಿಷ್ಠಾಪನೆಗೊಂಡು ಪೂಜಿಸಲ್ಪಟ್ಟಿರುವ ಸದಾಶಿವ ದೇವಾಲಯವನ್ನು ದರ್ಶನ ಮಾಡಿ ಬರೋಣ ಬನ್ನಿ.

ಈಗಾಗಾಲೇಹೇಳಿದಂತೆ ಕೃಷ್ಣನ ಜೊತೆಗಲ್ಲಿ ಹೊರಟ ಪಾಂಡವರು ಕರ್ನಾಟಕದ ದಕ್ಷಿಣ ಕನ್ನಡ ಪ್ರದೇಶದಲ್ಲಿ ಒಂದು ಶಿವಲಿಂಗವನ್ನು ಪ್ರತಿಷ್ಠಾಪಿಸಲು ಬಯಸಿದರಂತೆ. ಸಮೀಪದಲ್ಲಿಯೇ ಇದ್ದ ಬೆಟ್ಟವೊಂದರ ಕಡೆ ಕೈ ತೋರಿಸಿ, ಇಲ್ಲಿ ಪ್ರತಿಷ್ಠೆ ಮಾಡುವಂತೆ ಕೃಷ್ಣ ಹೇಳಿದನಂತೆ. ಕೃಷ್ಣನ ಆಜ್ಞೆಯಂತೆಯೇ ಅರ್ಜುನನು ಆ ಬೆಟ್ಟದ ಮೇಲೆ ಹೋಗಿ ಸದಾಶಿವನನ್ನು ಪ್ರತಿಷ್ಠಾಪಿಸಿದನಂತೆ. ನರನಾದ ಅರ್ಜುನನ ಜೊತೆಯಲ್ಲಿ ಹರಿಯಾದ ಕೃಷ್ಣನೂ ಸಹ ಸೇರಿಕೊಂಡು ಶಿವನನ್ನು ಪೂಜಿಸಿದ್ದರಿಂದಲೇ ಈ ಬೆಟ್ಟಕ್ಕೆ ನರಹರಿ ಪರ್ವತವೆಂದು ಹೆಸರು ಬಂದಿದೆಯಂತೆ

ಎಂಬುದು ಇಲ್ಲಿನ ಸ್ಥಳ ಪುರಾಣ. ಬೇಡಿದವರ ಇಷ್ಟಾರ್ಥಗಳನ್ನು ಪೂರೈಸುವ ಶಿವನೆಂದೇ ಇಲ್ಲಿನ ಸದಾಶಿವನು ಪ್ರಸಿದ್ಧಿ. ಅರೋಗ್ಯ ಮತ್ತು ಸಂತಾನ ಭಾಗ್ಯಗಳ ವಿಷಯದಲ್ಲಂತೂ ಈ ಶಿವನು ಕರುಣಾಮಯಿ ಎನ್ನುವುದರಲ್ಲಿ ಸಂಶಯವಿಲ್ಲ. ಹೀಗಾಗಿಯೇ ಸಹಸ್ರಾರು ಭಕ್ತಾದಿಗಳನ್ನು ನರಹರಿ ಪರ್ವತವು ತನ್ನೆಡೆಗೆ ಆಕರ್ಷಿಸುತ್ತಿದೆ. ಸುಮಾರು ಮುನ್ನೂರಕ್ಕೂ ಹೆಚ್ಚು ಮೆಟ್ಟಿಲುಗಳನ್ನು ಏರಿ ಇಲ್ಲಿನ ಶಿವನ ದರ್ಶನ ಪಡೆಯುವುದೇ ಒಂದು ಆನಂದ. ಅರ್ಜುನ ಪ್ರತಿಷ್ಠಾಪಿಸಿದ ಶಿವಲಿಂಗಕ್ಕೆ ಪೂಜೆ ಮಾಡಲೆಂದು ಕೃಷ್ಣನು ಇಲ್ಲಿ ನಾಲ್ಕು ಚಿಕ್ಕ ನೀರಿನ ಕಲ್ಯಾಣಿಗಳನ್ನು ನಿರ್ಮಿಸಿದನೆಂದು ಪ್ರತೀತಿ. ಕೃಷ್ಣನ ಕೈನಲ್ಲಿರುವ ಶಂಖ, ಚಕ್ರ, ಗದಾ, ಪದ್ಮಗಳ ಕುರುಹು ಈ ನಾಲ್ಕು ಕಲ್ಯಾಣಿಗಳು. ಹಾಗಾಗಿ ಈ ತೀರ್ಥ ಪ್ರೋಕ್ಷಣೆ ಸ್ವತಃ ಹರಿಯ ಕೈಗಳಿಂದಲೇ ಆಶೀರ್ವಾದ ಪಡೆದಷ್ಟು ಪವಿತ್ರ ಎಂಬುದು ಭಕ್ತರ ನಂಬಿಕೆ. ಈ ಕಲ್ಯಾಣಿಗಳ ಇನ್ನೂ ಒಂದು ವಿಶೇಷತೆಯೆಂದರೆ ಈ ಕಲ್ಯಾಣಿಗೆ ನೀರು ಎಲ್ಲಿಂದ ಹರಿದು ಬರುತ್ತದೆ? ಎಂಬ ಪ್ರಶ್ನೆ ಇಂದಿಗೂ ಯಕ್ಷಪ್ರಶ್ನೆಯಾಗಿಯೇ ಉಳಿದಿದೆ. ಬಂಡೆಗಳ ಮೇಲೆ ಯಾವುದೇ ನೀರಿನ ಮೂಲವಿಲ್ಲದೇ ಇದ್ದರೂ ಕೂಡ, ಈ ಕಲ್ಯಾಣಿಗಳು ಸದಾ ಕಾಲ ನೀರಿನಿಂದ ತುಂಬಿರುವುದು ಕ್ಷೇತ್ರದ ಮಹಿಮೆ.

ಕಾರ್ತೀಕ ಸೋಮವಾರ, ಅಮಾವಾಸ್ಯೆ, ಶಿವರಾತ್ರಿಗಳಂತಹ ವಿಶೇಷ ದಿನಗಳಲ್ಲಿ ಈ ದೇವಾಲಯದಲ್ಲಿ ವಿಶೇಷ ಸೇವೆಗಳು ನಡೆಯುತ್ತವೆ. ಭಕ್ತಾದಿಗಳು ಹಗ್ಗ ಮತ್ತು ಎಳನೀರುಗಳನ್ನು ಈ ದೇವರಿಗೆ ಸಮರ್ಪಿಸುವುದು ಈ ಕ್ಷೇತ್ರದ ಇನ್ನೊಂದು ವಿಶೇಷ. ಮಂಗಳೂರಿನಿಂದ ಕೇವಲ ಮೂವತ್ತು ಕಿಲೋಮೀಟರ್ ದೂರದಲ್ಲಿ (ಮಂಗಳೂರು-ಬೆಂಗಳೂರು ಹೆದ್ದಾರಿಯ ಬಿ.ಸಿ.ರೋಡ್ ನಿಂದ ಕೆಲವೇ ಕಿಲೋಮೀಟರ್) ಇರುವ ಈ ದೇವಾಲಯವನ್ನು ತಪ್ಪದೆ ನೋಡಿ ಬನ್ನಿ. ಮಂಗಳೂರು - ಬೆಂಗಳೂರು ಹೆದ್ದಾರಿಯ ಸನಿಹದಲ್ಲಿಯೇ ಇರುವುದರಿಂದ ರಸ್ತೆ ಸಂಪರ್ಕ ಚೆನ್ನಾಗಿದೆ. ನರನಾದ ಅರ್ಜುನ, ಹರಿಯಾದ ಕೃಷ್ಣ, ಹರನಾದ ಶಿವ - ಮೂವರನ್ನೂ ಏಕಕಾಲಕ್ಕೆ ನೋಡುವ ಪುಣ್ಯ ನಿಮ್ಮದಾಗಲಿ.

25

ಕಾರ್ಯಗಳನ್ನು ಸಿದ್ಧಿಸುವ ತುಳಸೀಗಿರಿ ಹನುಮಪ್ಪ

ತುಳಸೀಗಿರಿ, ಬಾಗಲಕೋಟೆಜಿಲ್ಲೆ

ಶ್ರೀರಾಮನ ಪರಮಭಕ್ತನಾದ ಆಂಜನೇಯನಿಗೂ, ತಿರುಪತಿ ತಿಮ್ಮಪ್ಪನಿಗೂ ಏನು ಸಂಬಂಧ? ಎಂದು ಯಾರಾದರೂ ಕೇಳಿದರೆ ಇದೆಂತಹ ವಿಚಿತ್ರ ಪ್ರಶ್ನೆ ಅನ್ನಿಸದಿರದು ಅಲ್ಲವೇ? ಆಂಜನೇಯನಿದ್ದದ್ದು ತ್ರೇತಾಯುಗದಲ್ಲಿ, ತಿರುಪತಿ ತಿಮ್ಮಪ್ಪ ಇರುವುದು ಕಲಿಯುಗದಲ್ಲಿ. ತಿಮ್ಮಪ್ಪ ವಿಷ್ಣುವಿನ ಅವತಾರವಾದರೆ ಆಂಜನೇಯನು ವಿಷ್ಣುರೂಪಿ ರಾಮನ ಪರಮ ಭಕ್ತ. ಆಂಜನೇಯನು ತನ್ನ ಎದೆಯನ್ನು ಬಗೆದು ರಾಮನನ್ನು ತೋರಿಸಿದ ಕತೆ ನಮಗೆಲ್ಲಾ ಗೊತ್ತೇ ಇದೆ. ಆದರೆ ತಿರುಪತಿ ತಿಮ್ಮಪ್ಪನೇ ಆಂಜನೇಯನ ರೂಪದಲ್ಲಿ ಬಂದ ಕತೆಯನ್ನು ನೀವು ಕೇಳಿರಲಿಕ್ಕಿಲ್ಲ. ಹೌದು. ನಾನು ಈಗ ಹೇಳಹೊರಟಿರುವುದು ಅಂತಹ ಒಂದು ಕತೆಯನ್ನೇ.

ಬಾಗಲಕೋಟೆ ಬಳಿಯ ಹಳ್ಳಿಯೊಂದರಲ್ಲಿ ಸುಮಾರು ಹನ್ನೊಂದನೇ ಶತಮಾನದಲ್ಲಿ ವಾಸವಾಗಿದ್ದ ದೇಸಾಯಿ ಎಂಬುವವರು ತಿರುಪತಿ ತಿಮ್ಮಪ್ಪನ ಅತಿ ದೊಡ್ಡ ಭಕ್ತರು. ಚಿನ್ನ, ಬೆಳ್ಳಿ ಮೊದಲಾದ ಆಭರಣಗಳನ್ನು ಕುದುರೆಗಳ ಮೇಲೆ ಹೇರಿಸಿಕೊಂಡು ಪ್ರತಿದಿನ ತಿರುಪತಿಗೆ ಹೋಗಿ, ತಿಮ್ಮಪ್ಪನಿಗೆ ಅವುಗಳನ್ನೆಲ್ಲಾ ಅರ್ಪಿಸಿ ಬರುತ್ತಿದ್ದರು. ತಿಮ್ಮಪ್ಪನ ಅಪರಿಮಿತ ಭಕ್ತರಾದ ಇವರಿಗೆ ಒಮ್ಮೆ ತಿಮ್ಮಪ್ಪನೇ ಕನಸಿನಲ್ಲಿ ಬಂದು, ನನ್ನ ದರ್ಶನ ಪಡೆಯಲು ಪ್ರತಿವರ್ಷ ತಿರುಪತಿಯವರೆಗೆ ಬರುವ ಕಷ್ಟ ಬೇಡ. ಸ್ವತಃ ನಾನೇ ಆಂಜನೇಯನ ರೂಪದಲ್ಲಿ

ಈ ಊರಿನಲ್ಲಿಯೇ ಅವತರಿಸಿರುವುದಾಗಿ ಹೇಳುತ್ತಾರೆ. ಕನಸಿನಂತೆ ಬೆಳಿಗ್ಗೆ ಹೋಗಿ ನೋಡಲು, ಸನಿಹದಲ್ಲೇ ಇದ್ದ ಹುತ್ತವೊಂದರಲ್ಲಿ ಆಂಜನೇಯನ ವಿಗ್ರಹವೊಂದು ಕಾಣುತ್ತದೆ. ಆ ತಿಮ್ಮಪ್ಪನೇ ಈ ಆಂಜನೇಯನ ರೂಪದಲ್ಲಿ ಬಂದಿದ್ದಾನೆ ಎಂದು ತಿಳಿದು, ಅದಕ್ಕೆ ದೇವಾಲಯವನ್ನು ಕಟ್ಟಿಸಿ, ನಿತ್ಯ ಪೂಜೆಗಳನ್ನು ನಡೆಸಿಕೊಂಡು ಬರುತ್ತಾರೆ. ತಿಮ್ಮಪ್ಪನೇ ಆಂಜನೇಯನ ರೂಪದಲ್ಲಿ ಅವತರಿಸಿರುವುದರಿಂದ, ತಿರುಪತಿ ದರ್ಶನ ಮಾಡಿದಷ್ಟೇ ಪುಣ್ಯ ಈ ಆಂಜನೇಯನ ದರ್ಶನ ಮಾಡುವುದರಿಂದ ಸಿಗುತ್ತದೆ ಎಂಬುದು ಭಕ್ತಾದಿಗಳ ನಂಬಿಕೆ.

ಬಾಗಲಕೋಟೆಯಿಂದ ಸುಮಾರು 15 ಕಿಲೋಮೀಟರ್ ದೂರದಲ್ಲಿರುವ ತುಳಸಿಗೇರಿ ಎಂಬ ಗ್ರಾಮವೇ ಆ ಪುಣ್ಯಕ್ಷೇತ್ರ. ಕ್ರಿ.ಶ.1102 ರಲ್ಲಿ ನಿರ್ಮಾಣವಾದ ಈ ದೇವಾಲಯ ಬಾಗಲಕೋಟೆಯ ಪ್ರಸಿದ್ಧ ಪುಣ್ಯಕ್ಷೇತ್ರಗಳಲ್ಲಿ ಒಂದು. ಕೇವಲ ಕರ್ನಾಟಕವಷ್ಟೇ ಅಲ್ಲದೆ ನೆರೆಯ ರಾಜ್ಯಗಳ ಭಕ್ತಾದಿಗಳೂ ಕೂಡ ಈ ಆಂಜನೇಯನಿಗೆ ನಡೆದುಕೊಳ್ಳುವುದುಂಟು. ಸುಮಾರು ಆರು ಅಡಿ ಎತ್ತರದ, ಶಂಖ, ಚಕ್ರ, ಗದೆಯನ್ನು ಹಿಡಿದು, ಹಣೆಯಲ್ಲಿ ಮೂರು ನಾಮಗಳನ್ನು ಧರಿಸಿರುವ ಆಂಜನೇಯನ ವಿಗ್ರಹದ ಸೌಂದರ್ಯವನ್ನು ಎಷ್ಟು ನೋಡಿದರೂ ಸಾಲದು.ಮಾಜಿ ಪ್ರಧಾನಿ ಶ್ರೀ. ಹೆಚ್.ಡಿ.ದೇವೇಗೌಡರೂ ಸೇರಿದಂತೆ ಅನೇಕ ರಾಜಕಾರಣಿಗಳಿಗಂತೂ ಈ ಹನುಮಪ್ಪ ಅಚ್ಚುಮೆಚ್ಚು. ಈ ದೇವರಿಗೆ ಪೂಜೆ ಸಲ್ಲಿಸಿ ನಾಮಪತ್ರ ಸಲ್ಲಿಸಿದರೆ ಜಯ ಶತಸಿದ್ಧ ಎಂಬುದು ರಾಜಕಾರಣಿಗಳ ನಂಬಿಕೆ. ಹೊಸ ಮನೆ ಕಟ್ಟುವ ಮುನ್ನ, ಮದುವೆ ಮಾತುಕತೆ ಸೇರಿದಂತೆ ಯಾವುದೇ ಶುಭ ಕಾರ್ಯದ ಆರಂಭಕ್ಕೆ ಮುನ್ನ ಈ ಆಂಜನೇಯನಿಗೆ ಬಂದು ಪೂಜೆ ಮಾಡಿಸುವುದು ವಾಡಿಕೆ. ಆಂಜನೇಯ ಬಲಗಡೆ ಹೂ ಕೊಟ್ಟರೆ ಆ ಕಾರ್ಯ ನಿರ್ವಿಘ್ನವಾಗಿ ಸಾಗುವುದೆಂತಲೂ, ಎಡಗಡೆಯಿಂದ ಹೂ ಕೊಟ್ಟರೆ, ಅಶುಭವೆಂತಲೂ ನಂಬಿಕೆ. ಎಡಗಡೆಯಿಂದ ಹೂ ಕೊಟ್ಟರೆ, ಆಂಜನೇಯನಿಗೆ ಹರಕೆ ಹೊತ್ತು, ಹರಕೆ ತೀರಿಸಿದರೆ, ಆ ವಿಘ್ನ ನಿವಾರಣೆಯಾಗಿರುವ ಸಾವಿರಾರು ಉದಾಹರಣೆಗಳು ಇವೆ.

ಈ ದೇವಾಲಯದ ಇನ್ನೊಂದು ದೊಡ್ಡ ವಿಶೇಷತೆಯೆಂದರೆ ಮೂರು ವರ್ಷಗಳಿಗೊಮ್ಮೆ ಇಲ್ಲಿ ನಡೆಯುವ ಓಕಳಿ ಹಬ್ಬ. ಸಾವಿರಾರು ಕೊಡ ಓಕಳಿ ನೀರನ್ನು ಎರಚುವ ಈ ಹಬ್ಬ ಅತಿ ವಿಶಿಷ್ಟವಾದುದು. ಓಕಳಿ ಹಬ್ಬ ನಡೆದ ಬಳಿಕ, ನಂತರದ ಆರು ತಿಂಗಳವರೆಗೆ ಯಾವುದೇ ರೀತಿಯ ಶುಭಕಾರ್ಯಗಳನ್ನೂ ಯಾವುದೇ ಮನೆಯಲ್ಲೂ ನಡೆಸುವಂತಿಲ್ಲ. ಯಾರಾದರೂ ನಡೆಸಿದರೆ,

ತೊಂದರೆಯಾಗುತ್ತದೆ ಎಂಬುದು ಇಲ್ಲಿನ ಜನರ ನಂಬಿಕೆ. ಸಾವಿರಾರು ಜನರು ಪಾಲ್ಗೊಳ್ಳುವ ಈ ಹಬ್ಬದ ಸೊಬಗನ್ನು ಜೀವನದಲ್ಲಿ ಒಮ್ಮೆಯಾದರೂ ನೋಡಿಯೇ ಸವಿಯಬೇಕು. ಮುಂದಿನಬಾರಿ ಬಾಗಲಕೋಟೆ ಕಡೆ ಹೋದಾಗ ತಳಸಿಗೇರಿ ಹನುಮಪ್ಪನ ದರ್ಶನ ಮಾಡಲು ಮರೆಯದಿರಿ.

26

ವಿದುರಾಶ್ವತ್ಥ ಅಶ್ವತ್ಥನಾರಾಯಣ ಸ್ವಾಮಿ ದೇವಾಲಯ

ವಿದುರಾಶ್ವತ್ಥ, ಚಿಕ್ಕಬಳ್ಳಾಪುರ ಜಿಲ್ಲೆ

ಸ್ವಾತಂತ್ರ್ಯ ಸಂಗ್ರಾಮದ ಕೂಗು ದೇಶದೆಲ್ಲೆಡೆ ಮೊಳಗುತ್ತಿದ್ದ ಸಮಯ. ಬ್ರಿಟೀಷ್ ಸರ್ಕಾರದ ವಿರುದ್ಧ ಜನರ ಆಕ್ರೋಶ ಮುಗಿಲುಮುಟ್ಟಿತ್ತು. ಜನರ ಈ ಬಂಡಾಯವನ್ನು ಹತ್ತಿಕ್ಕುವ ಉಪಾಯವಾಗಿ ಮೈಸೂರು ಪ್ರಾಂತ್ಯದಲ್ಲಿ ಸ್ವದೇಶಿ ಚಳುವಳಿ ನಡೆಯದಂತೆ ಬ್ರಿಟೀಷ್ ಸರ್ಕಾರ ನಿಷೇಧಾಜ್ಞೆ ವಿಧಿಸಿತ್ತು. ಕೆ.ಸಿ.ರೆಡ್ಡಿ, ಸಿದ್ದಲಿಂಗಯ್ಯ, ಪಟ್ಟಾಭಿ ಸೀತಾರಾಮಯ್ಯ ಸೇರಿದಂತೆ ಹಲವರ ನೇತೃತ್ವದಲ್ಲಿ ಮಂಡ್ಯದ ಶಿವಪುರದ ಕಾಂಗ್ರೆಸ್ ಸಮಾವೇಶದಲ್ಲಿ ಶಿವಪುರ ಧ್ವಜ ಸತ್ಯಾಗ್ರಹ ನಡೆಸಲು ಪ್ರಯತ್ನಿಸಿ, ಬ್ರಿಟೀಷರಿಂದ ಬಂಧನಕ್ಕೆ ಒಳಗಾದ ಕತೆ ನಮಗೆಲ್ಲ ಗೊತ್ತಿದೆ. ಛಲಬಿಡದೆ ಧ್ವಜ ಸತ್ಯಾಗ್ರಹವನ್ನು ಮಾಡಲೇಬೇಕೆಂದು ಪಣತೊಟ್ಟಿದ್ದ ಸ್ವಾತಂತ್ರ್ಯ ಹೋರಾಟಗಾರರಿಗೆ ಆಗ ಹೊಳೆದ ಉಪಾಯವೇ ಮೈಸೂರು ಪ್ರಾಂತ್ಯದ ಗಡಿ ಭಾಗದಲ್ಲಿ ಈ ಹೋರಾಟವನ್ನು ನಡೆಸುವುದು. ಹಾಗಾಗಿ ತೆಲುಗು ಭೂಭಾಗಕ್ಕೆ ಹೊಂದಿಕೊಂಡಿದ್ದ ಮೈಸೂರು ಪ್ರಾಂತ್ಯದ ಗಡಿಯ ಊರೊಂದನ್ನು ಹುಡುಕುತ್ತಿದ್ದಾಗ ಅವರಿಗೆ ದೊರೆತದ್ದು ವಿದುರಾಶ್ವತ್ಥ. ಪುರಾಣ ಪ್ರಸಿದ್ಧ ದೇವಾಲಯವಿರುವುದರಿಂದ ನೂರಾರು ಭಕ್ತಾದಿಗಳು ದೇವಾಲಯಕ್ಕೆ ಬರುತ್ತಿರುತ್ತಾರೆ. ಹಾಗಾಗಿ ಬ್ರಿಟೀಷರಿಗೆ ತಿಳಿಯುವುದಿಲ್ಲ. ಒಂದು ವೇಳೆ

ಜನಸಂದಣಿ ಹೆಚ್ಚಾಗಿರುವುದು ಗೊತ್ತಾದರೂ ಕೂಡ ದೇವಾಲಯಕ್ಕೆ ಬಂದ ಭಕ್ತರಿರಬೇಕು ಎಂದುಕೊಂಡು ಬ್ರಿಟೀಷರು ತಲೆ ಕೆಡಿಸಿಕೊಳ್ಳುವುದಿಲ್ಲವೆಂದು ಯೋಚಿಸಿ, ತಮ್ಮ ಹೋರಾಟದ ರೂಪುರೇಷೆಯನ್ನು ಸಿದ್ಧಪಡಿಸಿದರು. ವಿಷಯ ತಿಳಿದ ಬ್ರಿಟೀಷರು ವಿದುರಾಶ್ವತ್ಥ ಸಮೀಪದಲ್ಲಿ ಎಲ್ಲೂ ಯಾವುದೇ ಹೋರಾಟ ನಡೆಸದಂತೆ ನಿಷೇಧಾಜ್ಞೆ ವಿಧಿಸಿದರು. ಆದರೂ ಬ್ರಿಟೀಷರ ವಿರುದ್ಧ ಈ ಹೋರಾಟ ಮಾಡಲೇಬೇಕೆಂದು ಪಣತೊಟ್ಟಿದ್ದ ನೂರಾರು ಸ್ವಾತಂತ್ರ್ಯ ಸೇನಾನಿಗಳು ವಿದುರಾಶ್ವತ್ಥ ಕಡೆಗೆ ಹೆಜ್ಜೆ ಹಾಕಿದರು. ಏನ್.ಸಿ. ನಾಗಿರೆಡ್ಡಿ ನೇತೃತ್ವದಲ್ಲಿ ಮೈಸೂರು ಪ್ರಾಂತ್ಯದಿಂದಲೂ, ಕಲ್ಲೂರು ಸುಬ್ಬಾರಾವು ನೇತೃತ್ವದಲ್ಲಿ ಆಂಧ್ರ ಪ್ರಾಂತ್ಯದಿಂದಲೂ ಜನರು ವಿದುರಾಶ್ವತ್ಥದೆಡೆಗೆ ಬರತೊಡಗಿದರು. ಪರಿಸ್ಥಿತಿಯ ತೀವ್ರತೆಯನ್ನು ಅರಿತ ಬ್ರಿಟೀಷ್ ಸರ್ಕಾರ ಆ ನಾಯಕರನ್ನು ಬಂಧಿಸಿ ಜೈಲಿಗೆ ಹಾಕಿತು. ತಮ್ಮ ನಾಯಕರ ಬಂಧನದ ಸುದ್ದಿ ತಿಳಿದು ಆಕ್ರೋಶಗೊಂಡ ಇಪ್ಪತ್ತು ಸಾವಿರಕ್ಕೂ ಹೆಚ್ಚು ಜನರು 1938 ಏಪ್ರಿಲ್ ಇಪ್ಪತ್ತೈದರಂದು ಬ್ರಿಟೀಷ್ ಸರ್ಕಾರಕ್ಕೆ ಸೆಡ್ಡು ಹೊಡೆದು ತಾವೇ ವಿದುರಾಶ್ವತ್ಥದಲ್ಲಿ ಸಮಾವೇಶ ನಡೆಸಿ ಧ್ವಜ ಸತ್ಯಾಗ್ರಹ ನೆಡೆಸಿದರು. ಅಷ್ಟೇ. ಆ ಹೋರಾಟಗಾರರ ಮೇಲೆ ಗುಂಡು ಹಾರಿಸುವಂತೆ ಪೊಲೀಸರಿಗೆ ಆದೇಶ ಬಂತು. ಒಮ್ಮಿಂದೊಮ್ಮೆಲೇ ನಡೆದ ಗೋಲಿಬಾರಿನಲ್ಲಿ ಮೂವತ್ತಕ್ಕೂ ಹೆಚ್ಚು ಹೋರಾಟಗಾರರು ಹುತಾತ್ಮರಾದರು. ಈ ಘಟನೆ ನಡೆಯುವ ಸುಮಾರು ಹತ್ತೊಂಭತ್ತು ವರ್ಷಗಳ ಹಿಂದಷ್ಟೇ ಅಂದರೆ 1919 ಏಪ್ರಿಲ್ 13 ರಂದು ಜಲಿಯನ್ ವಾಲಾಬಾಗ್ ನಲ್ಲಿ ಕೂಡ ಇದೇ ರೀತಿಯ ಘಟನೆ ನಡೆದಿತ್ತು. ಹಾಗಾಗಿ ವಿದುರಾಶ್ವತ್ಥ ಕರ್ನಾಟಕದ ಜಲಿಯನ್ ವಾಲಾ ಭಾಗ್ ಎಂದೇ ಪ್ರಸಿದ್ಧಿಯಾಯಿತು.

ಅರೆ. ಇದೇನಿದು? ದಿವ್ಯ ಸನ್ನಿಧಾನ ಅಂಕಣದಲ್ಲಿ ಸ್ವಾತಂತ್ರ್ಯ ಹೋರಾಟದ ಬಗ್ಗೆ ಎಂದು ಗಲಿಬಿಲಿಗೊಂಡಿರಾ? ನಾನೀಗ ಹೇಳಹೊರಟಿರುವ ಸನ್ನಿಧಾನ - ಇತಿಹಾಸ ಹಾಗು ಪುರಾಣ ಎರಡಕ್ಕೂ ಪ್ರಸಿದ್ಧಿಯಾಗಿರುವ ವಿದುರಾಶ್ವಥದ ಬಗ್ಗೆ. ಆಂಧ್ರದ ಗಡಿಭಾಗಕ್ಕೆ ಹೊಂದಿಕೊಂಡಂತೆ ಇರುವ ಚಿಕ್ಕಬಳ್ಳಾಪುರ (ಮೊದಲು ಕೋಲಾರ ಜಿಲ್ಲೆಗೆ ಸೇರಿತ್ತು) ಜಿಲ್ಲೆಯ ಈ ಚಿಕ್ಕ ಊರನ್ನು ನೋಡಲು, ದೇಶ-ವಿದೇಶಗಳಿಂದ ನೂರಾರು ಜನರು ಬರುತ್ತಾರೆಂದರೆ ಇಲ್ಲಿನ ವಿಶೇಷವನ್ನೊಮ್ಮೆ ಊಹಿಸಿ.

ಮಹಾಭಾರತ ಯುದ್ಧದಲ್ಲಿ ಕೌರವರ ವಿನಾಶವನ್ನು ಕೃಷ್ಣ ಬಯಸಿದ್ದಾದರೂ ಏತಕ್ಕೆ? ಅದಕ್ಕೊಂದು ಕಾರಣವಿದೆ. ದುರ್ಯೋಧನನಿಗೆ ರಾಜನೀತಿಯನ್ನು ಬೋಧಿಸಲು ದೃತರಾಷ್ಟ್ರನು ಗಾಂಧಾರ ದೇಶದಿಂದ (ಈಗಿನ ಅಫ್ಘಾನಿಸ್ಥಾನ)

ಕಲಿಂಕ ನೆಂಬ ರಾಜನೀತಿಜ್ಞನನ್ನು ಕರೆಸಿದ್ದನು. ಪ್ರಜೆಗಳನ್ನು ಪೀಡಿಸಿ, ಹಿಂಸಿಸಿ, ಬೆದರಿಸಿ, ಕರಗಳನ್ನು ವಸೂಲಿ ಮಾಡಿ, ರಾಜ್ಯಭಾರ ನಡೆಸಬೇಕೆಂಬುದು ಕಲಿಂಕ ನೀತಿಯಾದರೆ, ಜನರನ್ನು ಪ್ರೀತಿಸಿ, ಒಳ್ಳೆಯ ಮಾತುಗಳಿಂದಲೇ, ಸಾತ್ವಿಕ ರೀತಿಯಲ್ಲಿ ತೆರಿಗೆ ಸಂಗ್ರಹ ಮಾಡಬೇಕೆಂಬುದು ವಿದುರನ ನೀತಿಯಾಗಿತ್ತು. ಕೌರವರು ಕಲಿಂಕ ನೀತಿಯಂತೆ ರಾಜ್ಯಭಾರ ಮಾಡಬೇಕೆಂದೂ, ಪಾಂಡವರು ವಿದುರನೀತಿಯಂತೆ ದೇಶವನ್ನಾಳಬೇಕೆಂದೂ ಬಯಸಿದ್ದರು. ಹಾಗಾಗಿ ವಿದುರನ ನೀತಿಯಂತೆ ಈ ದೇಶವನ್ನು ಆಳಬೇಕು. ಜನರು ಶಾಂತಿಯಿಂದ ಬದುಕಬೇಕೆಂಬ ಉದ್ದೇಶವೇ ಕೃಷ್ಣನು ಪಾಂಡವ ಪಕ್ಷ ವಹಿಸುವಂತೆ ಮಾಡಿತ್ತಾಗಲೀ, ದುರ್ಯೋಧನನ ಮೇಲಿನ ಯಾವುದೇ ರೀತಿಯ ವೈಯುಕ್ತಿಕ ದ್ವೇಷವಲ್ಲ. ಮಹಾಭಾರತದ ರಕ್ತಪಾತವನ್ನು ಕಂಡ ವಿದುರನ ಮನಸ್ಸು ವಿಲವಿಲ ಒದ್ದಾಡಿತು. ಅವನ ಮನಸ್ಥಿತಿಯನ್ನು ಅರಿತ ಕೃಷ್ಣ, ಕೆಲಕಾಲ ತೀರ್ಥಯಾತ್ರೆ ಮಾಡಿಕೊಂಡು ಬರುವಂತೆ ವಿದುರನಿಗೆ ಉಪದೇಶಿಸುತ್ತಾನೆ. ಅದರಂತೆಯೇ ವಿದುರನು ದೇಶದ ಅನೇಕ ಕ್ಷೇತ್ರಗಳನ್ನು ಸುತ್ತಾಡಿ, ಕಡೆಗೆ ವಿದುರಾಶ್ವತ್ಥದ ಬಳಿಯಿದ್ದ ಮೈತ್ರೇಯಿ ಮುನಿಗಳ ಆಶ್ರಮದಲ್ಲಿರುತ್ತಾರೆ. ಅಶ್ವತ್ಥ ವೃಕ್ಷದ ಮಹಿಮೆಯನ್ನು ವಿದುರನಿಗೆ ತಿಳಿಸಿದ ಮೈತ್ರೇಯ ಮುನಿಗಳು ಅಶ್ವತ್ಥ ವೃಕ್ಷವನ್ನು ನೆಟ್ಟು ಪೋಷಿಸುವಂತೆ ಹೇಳುತ್ತಾರೆ. ಅವರ ಆಜ್ಞೆಯಂತೆಯೇ ವಿದುರನು ಆ ನದಿಯ ಪಕ್ಕದಲ್ಲೇ ಅಶ್ವತ್ಥ ವೃಕ್ಷವೊಂದನ್ನು ನೆಟ್ಟು, ಪೋಷಿಸತೊಡಗುತ್ತಾನೆ. ಹೀಗೆ ವಿದುರ ನೆಟ್ಟ ಅಶ್ವತ್ಥ ವೃಕ್ಷದಿಂದಾಗಿ ಈ ಊರಿಗೆ ವಿದುರಾಶ್ವತ್ಥ ವೆಂಬ ಹೆಸರು ಬಂದಿದೆ. ನದಿಯ ದಡದಲ್ಲಿರುವ ಈ ದೇವಾಲಯವು ನಾಗರ ಪೂಜೆಗೆ ಪ್ರಸಿದ್ಧಿ. ಅಶ್ವತ್ಥ ನಾರಾಯಣ ಸ್ವಾಮಿ ಇಲ್ಲಿನ ದೇವರು. ಒಂದಲ್ಲ, ಎರಡಲ್ಲ, ಸಾವಿರಾರು ನಾಗರಕಲ್ಲುಗಳು ದೇವಾಲಯದ ಆವರಣದಲ್ಲಿ ಪ್ರತಿಷ್ಠಾಪನೆಗೊಂಡಿವೆ. ಆಗುತ್ತಲೇ ಇವೆ. ಈ ದೇವರು ಭಕ್ತರ ಬೇಡಿಕೆಗಳನ್ನು ಬಹುಬೇಗನೆ ಈಡೇರಿಸುತ್ತಾನೆಂಬ ನಂಬಿಕೆ ಭಕ್ತಾದಿಗಳಿಗೆ ಇದೆ. ಪಂಚಮಿ, ಷಷ್ಠಿ ಸೇರಿದಂತೆ ವಿಶೇಷ ದಿನಗಳಲ್ಲಿ ವಿಶೇಷ ಪೂಜೆ ಇರುತ್ತದೆ. ಆದಿ ಶಂಕರಾಚಾರ್ಯರೂ ಕೂಡ ಈ ಕ್ಷೇತ್ರಕ್ಕೆ ಭೇಟಿ ಕೊಟ್ಟಿದ್ದರಂತೆ. ಆದಿ ಶಂಕರಾಚಾರ್ಯರು ಈ ಅಶ್ವಥವೃಕ್ಷವು ಇಡೀ ವಿಶ್ವವನ್ನೇ ಸೂಚಿಸುತ್ತದೆ ಎಂದು ಉಲ್ಲೇಖಿಸಿದ್ದರಂತೆ. ಸಂಸ್ಕೃತದಲ್ಲಿ "ಅ" ಎಂದರೆ ವಿರುದ್ಧವಾದ. "ಶ್ವ" ಎಂದರೆ ನಾಳೆ. "ಥ" ಎಂದರೆ ಶಾಶ್ವತವಾದ ಎಂದು ಅರ್ಥ. ಹಾಗಾಗಿ ಅಶ್ವಥ ಎಂದರೆ "ಇಂದಿನಂತೆಯೇ ನಾಳೆಯೂ ಇರದ" ಎಂಬ ಅರ್ಥ. ವೃಕ್ಷವೊಂದು ನಿನ್ನೆ ಇದ್ದಂತೆಯೇ ಇಂದು ಕೂಡ ಇರುವುದಿಲ್ಲ ಪ್ರತಿದಿನ ಬೆಳೆಯುತ್ತಲೇ ಇರುತ್ತದೆ. ವಿಶ್ವವೂ ಕೂಡ ಅದೇ ರೀತಿ ಸದಾ ಕಾಲ

ಬದಲಾಗುತ್ತಲೇ ಇರುತ್ತದೆ ಎಂದು ಆದಿ ಶಂಕರಾಚಾರ್ಯರು ಈ ಅಶ್ವಥ ವೃಕ್ಷದ ಬಗ್ಗೆ ಉಲ್ಲೇಖಿಸಿದ್ದಾರಂತೆ.

ಬೆಂಗಳೂರು-ಹಿಂದೂಪುರ ಮಾರ್ಗದಲ್ಲಿ ಬೆಂಗಳೂರಿನಿಂದ ಸುಮಾರು 85 ಕಿ.ಮೀ, ಗೌರೀಬಿದನೂರಿನಿಂದ ಸುಮಾರು ಎಂಟು ಕಿ.ಮೀ. ದೂರದಲ್ಲಿರುವ, ಪೌರಾಣಿಕವಾಗಿಯೂ, ಐತಿಹಾಸಿಕವಾಗಿಯೂ ಪ್ರಸಿದ್ಧಿ ಹೊಂದಿರುವ ಈ ಕ್ಷೇತ್ರ ಜೀವನದಲ್ಲಿ ಒಮ್ಮೆಯಾದರೂ ನೋಡಲೇಬೇಕಾದ ಕ್ಷೇತ್ರ. ಬೆಂಗಳೂರಿನಿಂದ ನೂರಾರು ಬಸ್ಸುಗಳು ಪ್ರತಿದಿನ ಈ ಮಾರ್ಗದಲ್ಲಿ ಸಂಚರಿಸುತ್ತವೆಯಾದರೂ, ಸ್ವಂತ ವಾಹನದಲ್ಲಿ ಬಂದರೆ ಘಾಟಿ, ಕೈವಾರ ಸೇರಿದಂತೆ ಇನ್ನಿತರ ಕ್ಷೇತ್ರಗಳನ್ನು ಸಹ ನೋಡಿಕೊಂಡು ಹೋಗಬಹುದು. ಪ್ರತಿದಿನ ಅನ್ನ ಪ್ರಸಾದ ವಿನಿಯೋಗ ಇರುತ್ತದೆ. ನಾಗರ ಪ್ರತಿಷ್ಠೆ ಅಥವಾ ಸೇವೆಯನ್ನು ಮಾಡಲು ಬಯಸುವವರು ದೇವಾಲಯದ ಆಡಳಿತ ಮಂಡಳಿಯನ್ನು ಸಂಪರ್ಕಿಸಿ ಮುಂಚೆಯೇ ಮಾಹಿತಿ ತೆಗೆದುಕೊಳ್ಳುವುದು ಉತ್ತಮ.

27

ಕ್ಯಾಮೇನಹಳ್ಳಿ ಆಂಜನೇಯಸ್ವಾಮಿ ದೇವಾಲಯ

"ಕ್ಯಾಮೇನಹಳ್ಳಿ, ತುಮಕೂರು ಜಿಲ್ಲೆ."

ಸುಮಾರು ಐದು ಸಾವಿರ ವರ್ಷಗಳ ಹಿಂದೆ ದ್ವಾಪರಯುಗದಲ್ಲಿ ಜನಮೇಜಯ ರಾಜರಿಂದ ನಿರ್ಮಿತಗೊಂಡಿದೆಯೆಂದು ಹೇಳಲಾಗುವ ಪುಣ್ಯಕ್ಷೇತ್ರವೇ ತುಮಕೂರು ಜಿಲ್ಲೆಯಲ್ಲಿರುವ ಕ್ಯಾಮೇನಹಳ್ಳಿ ಆಂಜನೇಯ ಸ್ವಾಮಿ ದೇವಾಲಯ. ವಾಯುಪುತ್ರನು ತ್ರೇತಾಯುಗದಲ್ಲಿ ಆಂಜನೇಯನಾಗಿಯೂ, ದ್ವಾಪರಯುಗದಲ್ಲಿ ಭೀಮನಾಗಿಯೂ, ಕಲಿಯುಗದಲ್ಲಿ ಮಧ್ವಾಚಾರ್ಯರಾಗಿಯೂ ಜನಿಸಿದ್ದಾರೆಂಬುದು ನಂಬಿಕೆ. ಈ ಮೂರೂ ಅವತಾರಗಳ ಅಂದರೆ ಹನುಮ, ಭೀಮ, ಮಧ್ವರ ದರ್ಶನ ಮಾಡಿದ ಪುಣ್ಯ ಪುಣ್ಯ ಕ್ಯಾಮೇನಹಳ್ಳಿ ಆಂಜನೇನಯ ದರ್ಶನ ಮಾಡುವುದರಿಂದ ಬರುತ್ತದೆ ಎಂಬುದು ಜಾನಪದ ಪ್ರಚಲಿತ ನಂಬಿಕೆ. ಇಂದಿನ ದಿವ್ಯ ಸನ್ನಿಧಾನ ಸಂಚಿಕೆಯಲ್ಲಿ ಅಂತಹ ಅತಿ ವಿಶಿಷ್ಟವಾದ ಕ್ಯಾಮೇನಹಳ್ಳಿ ಆಂಜನೇಯನ ದರ್ಶನ ಮಾಡಿ ಬರೋಣ ಬನ್ನಿ.

ಸ್ಕಂದ ಪುರಾಣದ ಕತೆಗಳಲ್ಲಿ ಬರುವ ಕಮನೀಯ ಕ್ಷೇತ್ರವೇ ಜನರ ಆಡುಮಾತಲ್ಲಿ ಕ್ಯಾಮೇನಹಳ್ಳಿಯಾಗಿ ಬದಲಾಯಿತು ಎಂಬುದು ಈ ಊರಿನ ಹೆಸರಿನ ಐತಿಹ್ಯ. ದೇವಲೋಕದ ಅಪರೂಪದ ಶಿಲ್ಪಿ ಕಲಾವಿದ ವಿಶ್ವಕರ್ಮರನ್ನು ಕರೆತಂದು ಅವರ

ಕೈಲಿ ಈ ಆಂಜನೇಯನನ್ನು ಜನಮೇಜಯರಾಜರು ಕೆತ್ತಿಸಿದ್ದಾರೆಂದು ಸ್ಥಳೀಯ ಕತೆಗಳಿಂದ ತಿಳಿದುಬರುತ್ತದೆ. ತ್ರೇತಾಯುಗದ ಆಂಜನೇಯನು ರಾಮಭಕ್ತನಾದರೆ, ಕ್ಯಾಮೇನಹಳ್ಳಿ ಆಂಜನೇಯನು ದೇವರಾಯನದುರ್ಗದ ನರಸಿಂಹಸ್ವಾಮಿಯ ಪರಮ ಭಕ್ತನೆಂದು ಸಹ ಜನರು ನಂಬಿದ್ದಾರೆ. ಹಾಗಾಗಿಯೇ ಬೇರೆ ಆಂಜನೇಯ ದೇವರ ವಿಗ್ರಹಗಳಲ್ಲಿ ಕಾಣದಿರುವ ಅಪರೂಪದ ವಿಶಿಷ್ಟ ಸಂಗತಿಗಳು ಈ ಹನುಮನ ವಿಗ್ರಹದಲ್ಲಿ ಕಾಣಸಿಗುತ್ತದೆ. ಸಾಮಾನ್ಯವಾಗಿ ಆಂಜನೇಯ ವಿಗ್ರಹಗಳಲ್ಲಿ ತಲೆಯು ಪಕ್ಕಕ್ಕೆ ವಾಲಿಕೊಂಡಿದ್ದಾರೆ, ಕ್ಯಾಮೇನಹಳ್ಳಿಯ ಆಂಜನೇಯನು ನೇರವಾಗಿ ನೋಡುತ್ತಿರುವುದು ಈ ವಿಗ್ರಹದ ವಿಶೇಷ. ಮುಖದ ಮೇಲೆ ಮೀಸೆ ಇರುವ ಹಾಗು ಸೊಂಟದಲ್ಲಿ ಚಿಕ್ಕ ಕತ್ತಿಯೊಂದನ್ನು ಹೊಂದಿರುವ ನೋಟ ಕ್ಯಾಮೇನಹಳ್ಳಿ ಆಂಜನೇಯ ವಿಗ್ರಹದಲ್ಲಿ ಮಾತ್ರ ನೋಡಲಿಕ್ಕೆ ಸಾಧ್ಯ. ಇಂತಹ ಅಪರೂಪದ ವಿಗ್ರಹವನ್ನು ಬೇರಾವುದೇ ಕ್ಷೇತ್ರದಲ್ಲಿ ನೀವು ನೋಡಲಾರಿರಿ. ಕ್ಯಾಮೇನಹಳ್ಳಿಯ ಆಂಜನೇಯನ ವಿಗ್ರಹದಲ್ಲಿ ಕೆದರಿದ ತಲೆಗೂದಲನ್ನು ಸಹ ಬಲು ಸೂಕ್ಷ್ಮವಾಗಿ ಕೆತ್ತಲಾಗಿದೆಯಂತೆ. ಅಷ್ಟೇ ಅಲ್ಲದೆ ಈ ಆಂಜನೇಯನು, ಶಂಖ ಮತ್ತು ಚಕ್ರಗಳನ್ನು ಹೊಂದಿದ್ದಾನೆ. ತಲೆಯ ಮೇಲೊಂದು ಸೂರ್ಯ ಸೇರಿದಂತೆ ಅನೇಕ ವಿಶಿಷ್ಟ ಸಂಗತಿಗಳು ಈ ಆಂಜನೇಯನ ವಿಗ್ರಹದ ಕೆತ್ತನೆಯಲ್ಲಿ ಕಾಣಸಿಗುತ್ತವೆ.

ದ್ವಾಪರಯುಗದಲ್ಲಿ ಇಲ್ಲಿ ಮೂರು ನದಿಗಳು ಹರಿಯುದ್ದು, ಆ ನದಿಗಳ ಸಂಗಮ ಕ್ಷೇತ್ರವು ಇದಾಗಿತ್ತೆಂದು ಹೇಳುತ್ತಾರೆ. ಹೀಗೆ ನದಿಗಳ ಸಂಗಮದಿಂದ ಕಮನೀಯ ಭೂಬಾಗ ಉಂಟಾಗಿ, ಈ ಕ್ಷೇತ್ರವನ್ನು ಕಮನೀಯ ಕ್ಷೇತ್ರವೆಂದು ಕರೆಯುತ್ತಿದ್ದರೆಂದೂ, ಹಾಗಾಗಿಯೇ ಜನಮೇಜಯರು ಈ ಕ್ಷೇತ್ರವನ್ನು ಹನುಮನ ಪ್ರತಿಸ್ಥಾಪನೆಗೆಂದು ಆರಿಸಿಕೊಂಡರೆಂದೂ ಹಿರಿಯರು ಹೇಳುತ್ತಾರೆ. ವಿಜಯನಗರದ ಅರಸರಿಗೂ ಕೂಡ ಈ ಕ್ಷೇತ್ರವು ಅತಿ ಪ್ರಿಯವಾಗಿದ್ದು, ಅವರೂ ಕೂಡ ಈ ದೇವರಿಗೆ ನಡೆದುಕೊಳ್ಳುತ್ತಿದ್ದರೆಂದು ಇತಿಹಾಸ ಹೇಳುತ್ತದೆ. ಪ್ರತಿ ಶನಿವಾರ, ಹನುಮ ಜಯಂತಿ, ರಾಮನವಮಿ ಸೇರಿದಂತೆ ವಿಶೇಷ ದಿನಗಳಲ್ಲಿ ಸ್ವಾಮಿಗೆ ವಿಶೇಷ ಅಲಂಕಾರ ಮತ್ತು ಪೂಜೆಗಳು ನಡೆಯುತ್ತವೆ. ಪ್ರತಿವರ್ಷ ಸಂಕ್ರಾಂತಿ ಮುಗಿದ ನಂತರದ ದಿನಗಳಲ್ಲಿ ಇಲ್ಲಿ ದೊಡ್ಡ ಪ್ರಮಾಣದಲ್ಲಿ ದನಗಳ ಜಾತ್ರೆ ನಡೆಯುತ್ತದೆ. ಊರು ಊರುಗಳಿಂದ ರೈತರು ತಮ್ಮ ಜಾನುವಾರುಗಳನ್ನು ಈ ಜಾತ್ರೆಗೆ ಕರೆದುಕೊಂಡು ಬರುವುದು ವಿಶೇಷ. ರಾಸುಗಳ ಕೊಡು-ಮಾರು ವ್ಯಾಪಾರ ಜೋರಾಗಿ ನಡೆಯುತ್ತದೆ. ಪ್ರತಿ ವರ್ಷ ರಥಸಪ್ತಮಿಯ ದಿನ ಅಂದರೆ ಫೆಬ್ರುವರಿ ತಿಂಗಳ ಆಸುಪಾಸಿನಲ್ಲಿ ದೇವರಿಗೆ ಭವ್ಯ

ರಥೋತ್ಸವ ನಡೆಯುತ್ತದೆ. ರಥೋತ್ಸವಕ್ಕೆ ಎಲ್ಲಾ ಸಿದ್ಧತೆಗೊಂಡಮೇಲೆ ಗರುಡ ಪಕ್ಷಿಯು ಆಕಾಶದಲ್ಲಿ ಬಂದು ದೇವರಿಗೆ ಪ್ರದಕ್ಷಿಣೆ ಹಾಕಿ ಹೋಗುವುದು ವಿಶೇಷ. ಗರುಡನ ಪ್ರದಕ್ಷಿಣೆಯ ಹೊರತು, ರಥೋತ್ಸವದ ರಥ ಮುಂದಕ್ಕೆ ಚಲಿಸಿದ ಉದಾಹರಣೆಯೇ ಇತಿಹಾಸದಲ್ಲಿ ಇಲ್ಲ. ಕೊರೋನಾ ಕಾರಣದಿಂದಾಗಿ ತಾಲೂಕು ಮತ್ತು ಜಿಲ್ಲಾಡಳಿತವು ಈ ಬಾರಿಯ ಜಾತ್ರೆ ಹಾಗು ದನಗಳ ಜಾತ್ರೆಗೆ ಹಲವು ನಿಬಂಧನೆಗಳನ್ನು ಹೇರಿದೆ.

ಭಕ್ತರ ಬೇಡಿಕೆಗಳನ್ನು ಈ ಆಂಜನೇಯನು ತಪ್ಪದೆ ಈಡೇರಿಸುತ್ತಾನೆ ಎಂಬುದು ಭಕ್ತಾದಿಗಳ ನಂಬಿಕೆ. ಹೀಗಾಗಿಯೇ ನಿತ್ಯ ನೂರಾರು ಭಕ್ತಾದಿಗಳು ಈ ಆಂಜನೇಯನ ಸೇವೆಗೆ ಈ ಕ್ಷೇತ್ರಕ್ಕೆ ಬರುತ್ತಾರೆ. ತುಮಕೂರಿನಿಂದ ಸುಮಾರು ೪೦ ಕಿ.ಮೀ. ದೂರದಲ್ಲಿ, ಕೊರಟಗೆರೆ ತಾಲೂಕಿನಲ್ಲಿರುವ ಈ ಕ್ಷೇತ್ರದ ಸಮೀಪವೇ ಗೊರವನಹಳ್ಳಿ, ದೇವರಾಯನದುರ್ಗ, ಸಿದ್ಧರಬೆಟ್ಟ ಇನ್ನಿತರ ಕ್ಷೇತ್ರಗಳು ಇರುವುದರಿಂದ ಸ್ವಂತ ವಾಹನದಲ್ಲಿ ಬಂದರೆ ಈ ಎಲ್ಲಾ ಕ್ಷೇತ್ರಗಳನ್ನೂ ಒಂದೇ ದಿನದಲ್ಲಿ ನೋಡಿಕೊಂಡು ಹೋಗಬಹುದಾದ್ದರಿಂದ ಸ್ವಂತ ವಾಹನದಲ್ಲಿ ಬರುವುದು ಉತ್ತಮ.

www.ingramcontent.com/pod-product-compliance
Lightning Source LLC
LaVergne TN
LVHW041713060526
838201LV00043B/719